AF519145

INSIGHT PUBLICA®

INSIGHT PUBLICA®
Nadakkavu, Kozhikode, Kerala
Tel:0495 4020666
www.insightpublica.com
e-mail: insightpublica@gmail.com

PennammaNadakam

(Malayalam Stories)

Kanchiyar Rajan

First Edition: September 2020

ISBN 978-93-90404-01-8

പെണ്ണമ്മനാടകം

(കഥകൾ)

കാഞ്ചിയാർ രാജൻ

INSIGHT PUBLICA®

റാന്നി നാറാണംമൂഴിയിൽ കേശവൻ-ലക്ഷ്മിക്കുട്ടി ദമ്പതികളുടെ മകനായി 1950ൽ ജനനം. 1970കളിൽ നിരവധി സാഹിത്യരചനാ മത്സരങ്ങളിൽ പങ്കെടുത്ത് സമ്മാനങ്ങൾ നേടിയും ആനുകാലികങ്ങളിൽ കഥകൾ എഴുതിയും സാഹിത്യ പ്രവർത്തനങ്ങൾക്ക് തുടക്കം. കാഞ്ചിയാർ ആൽഫാ തീയറ്റേഴ്സിന്റെ സ്ഥാപക പപ്രവർത്തകരിൽ ഒരാൾ. ക്രാക്കത്തൊവ, ദാഹപർവ്വം, തമസ്കരണം, കലാപം തുടങ്ങി നിരവധി സ്റ്റേജ്ജ് നാടകങ്ങളും ലഘുനാടകങ്ങളും തെരുവു നാടകങ്ങളും എഴുതി സംവിധാനം ചെയ്ത് അവതരിപ്പിച്ചു. രചനയ്ക്കും സംവിധാനത്തിനും അവതരണത്തിനും ഉൾപ്പെടെ നിരവധി സംസ്ഥാനതല സമ്മാനങ്ങൾ ലഭിച്ച കലാപം എന്ന നാടകകൃതിയാണ് ആദ്യ പുസ്തകം. ഗോത്രവർഗ്ഗ സംസ്ക്കാരവുമായി ബന്ധപ്പെട്ട ഇടുക്കിയിലെ "ഗോത്രകലകളും സംസ്ക്കാരവും" കൂത്തുപാട്ടുകൾ എന്നീ പുസ്തകങ്ങളുടെ എഡിറ്റർ. ഗോത്ര തുടിപ്പുകൾ എന്ന വിഡിയോ ഡോക്യുമെന്ററിയുടെ രചനയും സംവിധാനവും. 'അട്ടകളുടെ തോട്ടം' എന്ന ചലച്ചിത്ര കഥയും 'നൂൽമഴ' എന്നപേരിൽ ഓർമ്മക്കുറിപ്പുകളും പുസ്തകമായി. ഇടുക്കിയിലെ ഗോത്രസമൂഹങ്ങളെ ആസ്പദമാക്കി രചിച്ച പുസ്തകമാണ് 'അതിജീവനത്തിന്റെ ഗോത്രപാഠങ്ങൾ' വിശുദ്ധ പശു എന്ന നാടക ഗ്രന്ഥമാണ് അവസാനം പുറത്തിറങ്ങിയത്. കേരളാ സംഗീത നാടക അക്കാദമി മെമ്പർ, ഗ്രന്ഥശാലാ സംഘം ജില്ലാ സെക്രട്ടറി, ഫോക്‌ലോർ അക്കാദമി മെമ്പർ എന്നീ നിലകളിൽ പ്രവർത്തിച്ചിരുന്നു. 1975 മുതൽ ദേശാഭിമാനി സ്റ്റഡി സർക്കിളിന്റെയും, പുരോഗമന കലാസാഹിത്യസംഘത്തിന്റെയും പ്രവർത്തകൻ. വികസന വകുപ്പിൽ ജീവനക്കാരനായിരുന്നു. ഭ്രതായനം എന്ന നാടകത്തിന് 2009 ലെ അബുദാബി ശക്തി അവാർഡ് ലഭിച്ചു. ഭാര്യ തങ്കമണി, മക്കൾ: ജ്യോത്സന, കീർത്തന, മനുസൂര്യ.

വിലാസം: മേമുറിയിൽ, കാഞ്ചിയാർ പി.ഒ.

ഫോൺ: 9447988910

കാഞ്ചിയാർ രാജൻ

എന്റെ കഥാവഴികൾ

കല്ലാർ പട്ടംകോളനിയിലെ ഗവൺമെന്റ് ഹൈസ്‌ക്കൂളിൽ ഒൻപതാം ക്ലാസ്സിൽ പഠിക്കുമ്പോൾ കയ്യെഴുത്തുമാസികയിൽ പ്രസിദ്ധീകരിച്ച 'മാടത്തക്കൂട്' ആണ് എന്റെ ആദ്യകഥ. അതൊരു ആനുകാലിക സംഭവത്തിന്റെ കഥാ വിവരണമായിരുന്നു. അച്ചടി മഷി പുരളുന്ന ആദ്യ കഥ ഹൈറേഞ്ച് മാസികയിൽ പ്രസിദ്ധീകൃതമായ 'തൊഴിൽ' ആണ്. ഹൈറേഞ്ചിലെ ആദ്യ സാഹിത്യമാസികയായ ഹൈറേഞ്ചിന്റെ പ്രസാധകൻ നെടുംകണ്ടത്തെ ഒരു പ്രസ്സ് ഉടമയായ മത്യാസ് ചേട്ടനായിരുന്നു. ഇത് 1968 ലാണ്. പത്രാധിപരായി ചുമതല വഹിച്ചിരുന്ന ഒരു കെ.എസ്.ഇ.ബി ഉദ്യോഗസ്ഥനെ കണ്ട് കഥ കൊടുക്കുവാൻ പോയത് പ്രിയ സുഹൃത്ത് എം. സുകുമാരന്റെ നിർബന്ധപ്രകാരം അവനോടൊത്ത്.

ഹൈറേഞ്ച് മാസികയുടെ പ്രവർത്തനം നിലയ്ക്കുംവരെ പലപ്പോഴായി ഏതാണ്ട് നാല് അഞ്ച് കഥകൾ പ്രസിദ്ധീകരിച്ചിരുന്നു. 1970 കളിൽ ദേവികുളത്തു നിന്ന് പ്രസിദ്ധീകരിച്ചിരുന്ന ഇൻഡോ സ്വിസ് പ്രോജക്ടിന്റെ മുഖമാസികയായിരുന്ന നിറങ്ങളിൽ ഏതാനും കഥകൾ പ്രസിദ്ധീകരിച്ചു. മറ്റുചില സമാന്തര പ്രസിദ്ധീകരണങ്ങളിലും കഥകൾ വന്നിരുന്നു. അക്കാലത്തു നടന്ന ചെറുകഥ രചനാ മത്സരങ്ങളിലും സമ്മാനം നേടിയിരുന്നു. ഇക്കാലത്ത് മുഖ്യധാരാ പ്രസിദ്ധീകരണങ്ങളിലേയ്ക്ക് നിരന്തരം കഥകൾ അയച്ചിരുന്നെങ്കിലും അവയെല്ലാം സ്വയം മേൽവിലാസമെഴുതി സ്റ്റാമ്പ് പതിച്ച കവറുകളിൽ തന്നെ തിരികെ ലഭിച്ചുകൊണ്ടിരുന്നു. അങ്ങനെ കഥയെഴുത്തിന് തന്നെ കൊള്ളുകയില്ല എന്ന തിരിച്ചറിവിൽ ആ പണി നിർത്തി. ക്രമേണ കഥയെഴുത്തും കുറഞ്ഞു വന്നു. എന്നാൽ പൂർണ്ണമായി അവസാനിപ്പിക്കുവാൻ കഴിഞ്ഞതുമില്ല. അതങ്ങനെയാണല്ലോ? സാഹിത്യബാധ കയറിയാൽ പിന്നെ അല്ലറ ചില്ലറ മന്ത്രവാദം കൊണ്ടൊന്നും അത്

ഒഴിഞ്ഞുപോവുകയില്ലല്ലോ? അങ്ങനെ ചില പ്രത്യേക സന്ദർഭങ്ങളിലുണ്ടാകുന്ന ബാധയിളക്കങ്ങളുടെ ഫലമായി രൂപംകൊണ്ട ഏതാനം കഥകളാണ് ഇപ്പോൾ ഈ പുസ്തകത്തിലൂടെ പ്രസിദ്ധീകൃതമാവുന്നത്. മലയാള കഥാ സാഹിത്യത്തിൽ ഇതൊന്നുമല്ല എന്ന് എനിക്ക് നന്നായിട്ടറിയാം. കഴിഞ്ഞ അഞ്ച് പതിറ്റാണ്ടിനിടയിൽ ചയ്തുകൊണ്ടിരുന്ന ഒരു കർമ്മത്തിന്റെ കേവലമായ ഒരടയാളപ്പെടുത്തൽ. അത്രമാത്രം.

ഇടുക്കിയിലെ രണ്ട് പ്രധാന കഥാകാരന്മാരായ ശ്രീ. കെ. ജയചന്ദ്രനും, മോബിൻ മോഹനനുമാണ് ആസ്വാദനക്കുറിപ്പ് തയ്യാറാക്കിയിരിക്കുന്നത്. സുഹൃത്തുക്കളായ ഇരുവർക്കും നന്ദി. കഥ വളരെ വേഗം പുസ്തകമാക്കുവാൻ സഹായിച്ച ഇൻസൈറ്റ് പബ്ലിക്കയ്ക്കും നന്ദി.

കാഞ്ചിയാർ രാജൻ

മഞ്ഞമരണം കഥയിലെ ജനൽച്ചില്ലുകളിൽ കൊത്തി
കൊത്തി സമാധിയടഞ്ഞ ആ മഞ്ഞക്കിളിക്ക്...

അൻപതാണ്ടിന്റെ അടയാളങ്ങൾ

കെ. ജയചന്ദ്രൻ

ഒരു മഴ കഴിഞ്ഞ് അടുത്ത മഴയ്ക്ക് മുൻപ്, ദൂരെ മലനിരകളിലേക്ക് നോക്കിയാൽ നേർത്ത മൂടൽമഞ്ഞ് പരക്കുന്നത് കാണാം. നേർത്ത മഞ്ഞിന്റെ മറയിലൂടെ കാണുന്ന മലയുടെ കാഴ്ച്ചയ്ക്ക് ഒരു പ്രത്യേക ഭംഗിയുണ്ട്. എന്നാൽ വന്യമായ ഈ പ്രകൃതിഭംഗി നൽകുന്ന ഒരു അപായ സൂചന കൂടിയുണ്ട്. അടുത്ത മഴ വരുന്നു. പഴമക്കാർ പറയും - മല പുകയുന്നു.

പെണ്ണമ്മ നാടകം എന്ന ശ്രീ. കാഞ്ചിയാർ രാജന്റെ കഥാസമാഹാരത്തിലെ കഥകളെക്കുറിച്ച് പൊതുവെ ഇങ്ങനെ പ്രസ്താവിക്കാം. ചുറ്റുപാടുകളിലേക്ക് കണ്ണും കാതും തുറന്ന് വച്ചിരിക്കുന്ന ഒരെഴുത്തുകാരന് മല പുകയുന്നത് പോലെ സ്വയം പുകയാതിരിക്കാനാവില്ല. വരാൻ പോകുന്ന വിപത്തുകളെപ്പറ്റി വിളിച്ചു പറയാതിരിക്കുവാനും. ഈ സമാഹാരത്തിലേറെയും തോറ്റു പോകുന്നവരുടെ കഥകളാണ്. പിടിച്ചു നിൽപ്പിനും പ്രതിരോധത്തിനുമെല്ലാം ഉണ്ടാകുന്ന ശ്രമങ്ങൾ ദുർബ്ബലമാകുന്ന കാഴ്ച്ച. പ്രതീക്ഷയുടെ ചെറിയ തുരുത്തുകൾ പോലും മുങ്ങി മറയുമ്പോൾ കഥാപാത്രങ്ങൾക്കൊപ്പം കഥാകാരൻ അനുഭവിക്കുന്ന ഘോരമായ നിസ്സഹായതയും നിരാശയും വായനക്കാർക്ക് തിരിച്ചറിയുവാനാവും. ഇതിനിടയിലും പ്രത്യാശയുടെ വെളിച്ചപ്പൊട്ടുകൾ കണ്ടെത്തി ഊതിത്തെളിച്ചുണ്ടാക്കിയെടുക്കുന്ന ഇത്തിരിവെട്ടവും കഥകളിൽ മിന്നി മറയുന്നുണ്ട്.

ശ്രീ. കാഞ്ചിയാർ രാജൻ എഴുത്തിന്റെ അൻപത് വർഷങ്ങൾ പിന്നിട്ടത് നാം ആഘോഷിച്ചതാണ്. ആ അൻപത് വർഷങ്ങളെ നമുക്കീ പുസ്തകത്തിൽ നിന്ന് പലതരത്തിൽ കണ്ടെടുക്കുവാൻ കഴിയും. കഥാരചനയ്ക്ക് സ്വീകരിച്ചിരിക്കുന്ന വിഷയങ്ങൾ പരിശോധിച്ചാൽ

നമുക്ക് ഓരോ കഥയും എഴുതപ്പെട്ട കാലത്തെ കണ്ടെടുക്കാം. കഥയുടെ രചനാ രീതി വിശകലനം ചെയ്താൽ മലയാള കഥാസാഹിത്യത്തിൽ കഴിഞ്ഞ അഞ്ചോ ആറോ പതിറ്റാണ്ടിനിടയിൽ പരീക്ഷിക്കപ്പെട്ട എല്ലാ സമ്പ്രദായങ്ങളോടും ചേർത്ത് വയ്ക്കാവുന്ന കഥകൾ നമുക്ക് കാണാം. ഇങ്ങനെ നാം സൗകര്യപൂർവ്വം പല കളങ്ങളിലാക്കി കഥകളെ തിരിച്ചു നിർത്തുമ്പോഴും പൊതുവെ എല്ലാ കഥകളും വിളിച്ചു പറയുന്ന ചില പൊതു സവിശേഷതകളുണ്ട്.

എഴുത്തുകാരന്റെ രാഷ്ട്രീയം എല്ലാ കഥകളിലും പ്രകടമാണ്. അരികുവത്ക്കരിക്കപ്പെടുന്നവനോടുള്ള വിട്ടുവീഴ്ച്ചയില്ലാത്ത ഐക്യ ദാർഢ്യം ആവർത്തിക്കുന്നുണ്ട് കഥകളിൽ. നാട്ടിൽ നിലനിൽക്കുന്ന അസമത്വങ്ങളും കൊടിയ ചൂഷണവും കഥാകാരനെ അസ്വസ്ഥനാ ക്കുന്നതിന്റെ സാക്ഷ്യമാണ് 'എലിമാളങ്ങൾ വെട്ടിപ്പൊളിച്ച ഒരാൾ' എന്ന കഥ. ബിംബകൽപ്പനകളിലൂടെ കഥപറഞ്ഞിരുന്ന ഒരു കാല ത്തിന്റെ രചനാതന്ത്രമാണ് ഈ കഥയിൽ സ്വീകരിച്ചിരിക്കുന്നത്. 'ഡയോജനിസ് വീണ്ടും', 'ഇരുളിൽ അലിയാൻ കൊതിച്ച പെൺകുട്ടി' എന്നീ കഥകളെ നമുക്ക് ഇതേ വിഭാഗത്തിൽ ഉൾപ്പെടുത്തുവാൻ കഴിയും.

'കാലത്തിന്റെ മുഖം, നൃത്തം' എന്ന കഥ നമുക്ക് ഒരു കാലത്തിന്റെ മുഖം കാണിച്ചു തരുന്നു. യഥാർത്ഥ പ്രശ്നങ്ങളിൽ നിന്നകന്ന് ഭ്രമകൽ പ്പനകളിൽ മുഴുകി മലയാളത്തിന്റെ യുവത അലഞ്ഞിരുന്ന ഒരു കാല ത്തിന്റെ ഹൃദ്യമായ ആവിഷ്ക്കാരമാണീ കഥ. കഥയിലെ പ്രധാന കഥാപാത്രമായ ശിവശങ്കരൻ നായർ എന്ന കഥാപാത്രത്തിന്റെ സൃഷ്ടി കൈയ്യടക്കത്തോടെയാണ് കഥാകാരൻ നിർവ്വഹിച്ചിരിക്കു ന്നത്. ശിവശങ്കരൻ നായരുടെ അർദ്ധബോധത്തിലുള്ള സഞ്ചാരവും അയാൾ പിന്നിടുന്ന ജനപഥങ്ങളും മനുഷ്യ ജീവിതത്തിന്റെ വ്യത്യസ്ത മുഖങ്ങൾ കാണിച്ചു തരുന്നു. കഞ്ചാവിന്റെ ലഹരിയിൽ സുഖമന്വേഷി ച്ചു പോകുന്ന ശിവശങ്കരൻ നായർ തന്റെ അമ്മയുടെ രോഗവിവരമ റിയിച്ചെത്തിയ ടെലിഗ്രാമിനേപ്പറ്റി മറന്നു പോകുകയാണ്. അയാൾ അന്വേഷിച്ചലഞ്ഞ സുഖവും തൃപ്തിയും കേവലം വ്യാമോഹമാണെന്ന തിരിച്ചറിവിൽ അയാളെത്തിച്ചേരുന്നുണ്ട്.

അസഹ്യമായ വിശപ്പ് ഒരുവനെ കൊണ്ടെത്തിക്കുന്ന അവസ്ഥ യുടെ തീവ്രമായ ആവിഷ്ക്കാരമാണ് 'വേട്ട' എന്ന കഥ. ഇനി വിശന്ന് ജീവിക്കാനാവില്ല എന്ന് ഒരുവൻ സ്വയം തീരുമാനിക്കുന്ന ഒരവസ്ഥയുണ്ട്. വിശപ്പ് ഒരു ശാരീരികാവസ്ഥ മാത്രമല്ലല്ലോ. അത് മനുഷ്യന്റെ മനസ്സിനെ എങ്ങിനെയൊക്കെയോ ആക്കിത്തീർക്കും. അഭിമാനം വെടിയും. വിശപ്പിനു മുന്നിൽ മനസ്സും ശരീരവും ഒരുമിച്ച്

തോൽക്കും. പിന്നീടുള്ളത് വിശന്ന് ചാകുന്നതിന് തൊട്ടു മുൻപുള്ള അവസ്ഥയാണ്. ജീവനു വേണ്ടി നടത്തുന്ന അവസാന ശ്രമമെന്ന നിലയിലാണ് ഭക്ഷണം എവിടെക്കണ്ടാലും എടുത്ത് കഴിക്കുന്നതിനു തീരുമാനിക്കുന്നത്. അത് മോഷണമായി മാറും. ആൾക്കൂട്ടത്തിന്റെ കപട സന്മാർഗീകത സടകുടഞ്ഞെഴുന്നേൽക്കും. വിശന്ന് ചാകുന്നതിന് മുൻപ് ഭക്ഷണമെടുത്ത് കഴിച്ചവൻ ജീവിതത്തോട് വീണ്ടും വീണ്ടും തോൽക്കും. വേട്ടയിലെ നായകന് പേരില്ല. 'അവൻ' എന്നാണ് കഥാകൃത്ത് വിളിച്ചിരിക്കുന്നത്. അവൻ എന്ന സ്ഥാനത്ത് ചേർത്ത് വയ്ക്കാവുന്ന ചില പേരുകൾ നമ്മുടെ ഓർമ്മയിൽ തെളിയുന്നത് വിഷയത്തിന്റെ കാലിക പ്രസക്തിയാണ് സൂചിപ്പിക്കുന്നത്. ഒടുവിൽ അവന്റെ കീറിത്തുന്നിയ പാന്റിന്റെ കീശയിൽ നിന്നും തൊണ്ടിമുതലായി ലഭിക്കുന്ന പകുതിതിന്ന ആപ്പിൾ ഒരുപാട് ചോദ്യങ്ങൾ ബാക്കിവെയ്ക്കുന്നുണ്ട്.

മലനാടിന്റെ കഥാകാരനാണ് കാഞ്ചിയാർ രാജൻ. മണ്ണിൽ പണിയെടുക്കുന്ന കർഷകരുടെ ജീവിതദുരിതങ്ങൾ, തോട്ടം തൊഴിലാളികളനുഭവിക്കുന്ന വിവിധതരം ചൂഷണങ്ങൾ, ഹൈറേഞ്ചിന്റെ പ്രകൃതിക്കുമേൽ മനുഷ്യൻ നടത്തുന്ന കടന്നു കയറ്റങ്ങൾ, പരിസ്ഥിതി പ്രശ്നങ്ങൾ എന്നിങ്ങനെയുള്ള വിഷയങ്ങൾ പ്രതിപാദിക്കുന്ന കഥകൾ പലതുണ്ട് ഈ സമാഹാരത്തിൽ. മനുഷ്യ ദുരിതങ്ങളെ പച്ചയായി ആവിഷ്ക്കരിക്കുമ്പോഴാണ്കാഞ്ചിയാർ രാജൻ എന്ന കഥാകൃത്ത് ഏറ്റവും ശക്തനാകുന്നത്. 'മേരിപ്പെണ്ണേ നമ്മളെന്തു ചെയ്യും' എന്ന കഥ കുറേ വർഷങ്ങൾക്ക് മുൻപ് എഴുതിയതാണെങ്കിലും ഇന്നും പുതുമയോടെ വായിക്കുവാൻ കഴിയും. യഥാർത്ഥത്തിൽ കർഷകൻ എത്തിനിൽക്കുന്ന ജീവിതാവസ്ഥയുടെ നേർചിത്രമാണിത്. ജീവിതം ഒരു ചോദ്യ ചിഹ്നമായി വെല്ലുവിളിച്ചു നിൽക്കുമ്പോൾ മനുഷ്യൻ അനുഭവിക്കുന്ന ഘോരമായ നിസ്സഹായത വായനക്കാരന് ഒരു നടുക്കത്തോടെ തിരിച്ചറിയാനാകുന്നുണ്ട്. ഭരണകൂട ശാഠ്യങ്ങൾ ഒരു പാവം കൃഷിക്കാരനെ കൊണ്ടു ചെന്നെത്തിച്ച ദുരവസ്ഥയെ വരച്ചു കാട്ടുന്ന കൊച്ചു കഥയാണ് 'കസ്തൂരിക്കാറ്റ്'. പടവെട്ടി നേടിയ പത്തു സെന്റിൽ, മണ്ണിനടിയിലും അന്തരീക്ഷത്തിലും പ്ലാസ്റ്റിക് നിറയുന്നതിന്റെ ഭീകരത കൊച്ചുരാമൻ എന്ന കർഷകതൊഴിലാളിയുടെ അനുഭവത്തിലൂടെ ആവിഷ്ക്കരിച്ചിട്ടുണ്ട്'ഷിമ്മിക്കൂടുകളുടെ സംഘനൃത്തം' എന്ന കഥയിൽ.

'ഒരാണിന്റെ പെണ്ണെഴുത്തുകൾ' എന്നൊരു തലക്കെട്ടിനു താഴെ ഇതിലെ ചില കഥകളെ എഴുതിച്ചേർത്താൽ തർക്കമുണ്ടാകാനിടയില്ല. അതിൽ ആദ്യം രേഖപ്പെടുത്തേണ്ടത് പെണ്ണമ്മ നാടകം എന്ന

കഥയാണ്. ഒരു പെണ്ണിന്റെ ഒരു ദിവസത്തെ അഞ്ച് അങ്കങ്ങളിലാക്കി എഴുതിയ കഥ. അവളുടെ ദിനങ്ങൾ ഒന്നിന്റെ തനിയാവർത്തനങ്ങളാണ്. എന്നോ തുടങ്ങിയതും എന്ന് അവസാനിക്കുമെന്നറിയാത്തതും. ഒരു വീടിന്റെ വട്ടത്തിനുള്ളിൽ എരിഞ്ഞടങ്ങുന്ന ഒത്തിരി പെണ്ണുങ്ങളുടെ കഥയാണിത്. കഥയ്ക്ക് ഉപയോഗിച്ചിരിക്കുന്ന ഭാഷയും ആ കഥയുടെ വിഷയവും തമ്മിലുള്ള ഇഴുകിച്ചേരൽ നമ്മെ അത്ഭുതപ്പെടുത്തും. കൊത്തിപ്പറിക്കുന്ന ആൺനോട്ടങ്ങളോടുള്ള പെണ്ണിന്റെ പ്രതിഷേധത്തിന്റെ ഏറ്റവും ശക്തമായ ആവിഷ്ക്കാരമാണ് 'പോസ്റ്റുമോർട്ടം' എന്ന കഥയിൽ കാണാനാകുന്നത്. 'അട്ടകളുടെ തോട്ടം' എന്ന കഥയിൽ നിന്നും ഒരു പെണ്ണുടലിന്റെ ഉച്ചത്തിലുള്ള നിലവിളി കേൾക്കാം.

പല കഥകളിലും പ്രകൃതി സജീവ സാന്നിധ്യമാണ്. മനുഷ്യനൊപ്പം മൃഗങ്ങളും പക്ഷികളുമെല്ലാം കഥാപാത്രങ്ങളാകുന്നു. ഈ ഗണത്തിൽപ്പെടുന്ന പ്രത്യേകമായി പരാമർശിക്കാവുന്ന കഥയാണ് മഞ്ഞ മരണം. ജനൽച്ചില്ലിലെ തന്റെ പ്രതിബിംബത്തിൽ കൊത്തിക്കൊത്തി ജീവൻ തുലയ്ക്കുന്ന ഒരു പക്ഷി. ജനൽപ്പാളികൾ തകർത്ത്, അവൻ ഉദ്ദേശിക്കുന്ന മിത്രമോ ശത്രുവോ ഒരിക്കലും പുറത്ത് വരില്ലെന്ന് അവനൊഴികെ മറ്റെല്ലാത്തിനും, മറ്റെല്ലാവർക്കും അറിയാമായിരിക്കണം. എന്നാൽ ശരിയായ സമയത്ത് തടയുവാനോ പിൻതിരിപ്പിക്കുവാനോ ഉള്ള ഒരു വ്യക്തിയോ സംഭവമോ ഉണ്ടായില്ലെങ്കിൽ അവന്റെ നാശത്തിന് അവൻ തന്നെ കാരണമാകുന്നു. ഒരു പക്ഷിയുടെ ദുരന്ത കഥ എന്നതിനപ്പുറം വിശാലമായ ദാർശനികമാനങ്ങൾ കൂടി കൈവരിക്കുന്നുണ്ട് ഈ കഥ.

കാഞ്ചിയാർ രാജന് കഥ സാമൂഹിക വിമർശനത്തിനുള്ള ഉപാധി കൂടിയാണ്. കടലാസു ദൈവം, അപൂർവ്വ ജനസ്സുകൾ, മലയെഴുത്ത്, തെരഞ്ഞെടുപ്പ് വിശേഷങ്ങൾ തുടങ്ങിയവ ഉദാഹരണമായെടുക്കാം. വിമർശനങ്ങളും പരിഹാസങ്ങളും ഏകപക്ഷീയമല്ല. ചിലപ്പോഴെങ്കിലും ആത്മവിമർശനത്തിനും കഥയെ ഉപയോഗിക്കുന്നുണ്ട്. രാഷ്ട്രീയ സാംസ്ക്കാരിക രംഗങ്ങളിലെ പുഴുക്കുത്തുകൾ ചില കഥകൾക്ക് വിഷയമായിട്ടുണ്ട്. എഴുത്തുകാരൻ, രാഷ്ട്രീയ പ്രവർത്തകൻ, സാംസ്ക്കാരിക പ്രവർത്തകൻ എന്നീ നിലകളിലെല്ലാം ദീർഘകാലം പ്രവർത്തിച്ച ശ്രീ. കാഞ്ചിയാർ രാജന്റെ തന്നെ അനുഭവങ്ങൾ ചില കഥകൾക്കെങ്കിലും ചൂട് പകർന്നിട്ടുണ്ടെന്നു വേണം കരുതാൻ.

അയ്യപ്പസ്വാമി പുലിപ്പുറത്തേറി നടപ്പന്തലിലെത്തി കലാപകാരികളെ ചാട്ടവാറുകൊണ്ടടിച്ചോടിച്ചതിനുശേഷം മറ്റൊരു മലയിലേക്ക് നടക്കുന്ന ദൃശ്യമാണ് രണ്ടാംവരവ് എന്ന കഥയിൽ

വിവരിച്ചിരിക്കുന്നത്. സ്വാമി മറ്റൊരു മല തെരഞ്ഞെടുക്കാനുള്ള കാരണം അത് ആദിവാസികൾ ഉടമകളായ മലയായിരുന്നു എന്നാണ് കഥാകൃത്ത് പറഞ്ഞുവയ്ക്കുന്നത്. ഇടുക്കിയിലെ ആദിവാസി ഗോത്ര സമൂഹത്തിന്റെ ജീവിതത്തെപ്പറ്റി ആഴത്തിൽ പഠനം നടത്തിയിട്ടുള്ള എഴുത്തുകാരനാണ് ശ്രീ. കാഞ്ചാർ രാജൻ എന്നതും ഇവിടെ പ്രസക്തമാണ്.

സമാഹാരത്തിൽ ഉൾപ്പെട്ടിട്ടുള്ള ഏതാനും കൊച്ചുകഥകളുണ്ട്. ഹൃദ്യവും ആശയഗംഭീരവുമാണ് ഈ കഥകൾ. ഇണക്കം പിണക്കം, പ്രണയം, വാക്ക്, രതിഭാഷ എന്നീ കഥകൾ വായനക്കാരോട് വാചാലമായി സംസാരിക്കുന്നുണ്ട്. രതിഭാഷ എന്ന കൊച്ചുകഥ അതിലുപയോഗിച്ചിരിക്കുന്ന ഭാഷകൊണ്ട് തന്നെ ശ്രദ്ധേയമാണ്. 'ഇതരഭാഷാ ശരീരം', 'സമഗ്രമായ ഒരൊറ്റ നോട്ടം', എന്നീ പ്രയോഗങ്ങൾ കഥയെ ശക്തമാക്കുന്നു. പ്രണയം എന്ന കൊച്ചുകഥയും പ്രത്യേകമായി പരാമർശിക്കേണ്ടതു തന്നെ.

എല്ലാ കഥകളും എല്ലാം തികഞ്ഞവ എന്ന് മേൽസൂചിപ്പിച്ചതിനൊന്നും അർത്ഥമില്ല. കഥയ്ക്ക് വഴങ്ങാത്ത ചില വിഷയങ്ങൾ കഥയിലേക്ക് കൊണ്ടുവന്നപ്പോഴുണ്ടായ രസച്ചോർച്ച ചില കഥകളിലെങ്കിലും പ്രകടമാണ്. കഥയിലൂടെ ആവിഷ്ക്കരിക്കുവാൻ ശ്രമിച്ച ഗൗരവമേറിയ വിഷയങ്ങളുടെ ഭാരം കഥാംശത്തെ ലഘൂകരിക്കുന്നതും കാണാം. ഓരോ കഥയും പ്രത്യേകമായ പഠനം ആവശ്യപ്പെടുന്നവ തന്നെ. ഇങ്ങനെയൊരു കുറിപ്പിൽ അതിനുമുതിരുന്നത് സാഹസമാണ്. ഗൗരവമുള്ള വായനയും ചർച്ചയും പഠനങ്ങളും അർഹിക്കുന്ന കഥാസമാഹാരമാണ് പെണ്ണമ്മ നാടകം. ഈ കഥാകാരന്റെ രചനയിൽ ഇനിയും ഉണ്ടാകാനിരിക്കുന്ന കുറേയേറെ നല്ല കഥകൾക്ക് തുടക്കമാകട്ടെ ഈ സമാഹാരം എന്ന് ആഗ്രഹിക്കുന്നു. എല്ലാ വിജയങ്ങളും ആശംസിക്കുന്നു.

ഇടുക്കി കോളനി

19.07.2020

കഥകളുടെ പക്ഷം, കഥാകാരന്റെയും

മോബിൻ മോഹൻ

രണ്ടായിരത്തി പതിനെട്ട് ഏപ്രിൽ മാസം ഇരുപത്തിയെട്ട് ഇടുക്കിയുടെ സാംസ്കാരിക ചരിത്രത്തിലെ അവിസ്മരണീയമായ ഒരു ദിനമാണ്. ഇടുക്കിയുടെ സാംസ്കാരിക മണ്ഡലമാകെ അന്നേ ദിവസം കാഞ്ചിയാർ എന്ന മലയോര ഗ്രാമത്തിലേക്ക് ചേക്കേറി. എഴുത്തിന്റെ സുവർണജൂബിലി നിറവിൽ നിൽക്കുന്ന കാഞ്ചിയാർ രാജൻ എന്ന തങ്ങളുടെ മുൻഗാമിക്ക് സ്നേഹാദരങ്ങളേകാൻ സാംസ്കാരിക പ്രവർത്തകർ ഒത്തുകൂടി. രാജസ്പർശം എന്ന പേരിൽ സംഘടിപ്പിക്കപ്പെട്ട പ്രൗഢോജ്വലമായ പരിപാടിയിൽ മന്ത്രിയും എം.പിയും, എം.എൽ. എ മാരും മറ്റ് ജനപ്രതിനിധികളും ഉൾപ്പെടെ സാംസ്കാരിക-രാഷ്ട്രീയ രംഗമാകെ ഒത്തു ചേർന്നു. രാവിലെ തുടങ്ങി വിവിധ സെഷനുകളിലായി എഴുത്തുകാരന്റെ സർഗ സംഭാവനകളെ പറ്റി പ്രമുഖർ സംവദിച്ചു.

ഒരാളുടെ എഴുത്തു ജീവിതത്തിന്റെ സുവർണജൂബിലി ആഘോഷം എന്നത് ഇടുക്കിക്കാരെ സംബന്ധിച്ച് പുതിയൊരു അനുഭവമായിരുന്നു.ഇടുക്കിയുടെ ഇല്ലായ്മകളെയും വല്ലായ്മകളെയും അതിജീവിച്ച് എഴുതുക, ആ സപര്യ അഞ്ച് പതിറ്റാണ്ട് പിന്നിടുക, ഇപ്പോഴും ആ രംഗത്ത് സജീവമായി തുടരുക - അതൊരു സാഹസികത തന്നെയാണ്.

അക്ഷരങ്ങളിൽ അച്ചടിമഷി സ്വപ്നം കണ്ട് നുള്ളിപ്പെറുക്കിയ അല്ലെങ്കിൽ കടം മേടിച്ച കാശുമായി മലയിറങ്ങിച്ചെന്ന് പത്രാധിപരെ നേരിൽ കണ്ട് കഥയോ കവിതയോ ഏൽപ്പിച്ച് തിരികെ വീട്ടിലെത്തുമ്പോൾ ചിലപ്പോൾ ദിവസം രണ്ടോ മൂന്നോ കഴിഞ്ഞിരിക്കും. മലമടക്കുകളിൽ ജീവിതം കരുപ്പിടിപ്പിക്കാൻ മനുഷ്യൻ പെടാപ്പാടുപെടുന്ന ആ കാലത്ത് ഈ മലയിറക്കവും കയറ്റവും എത്ര

ദുഷ്കരമായിരുന്നു എന്ന് പറയേണ്ടതില്ലല്ലോ. മിക്ക സൃഷ്ടികളും എഡിറ്ററുടെ വേസ്റ്റ്ബാസ്ക്കറ്റിൽ വീഴും, ചിലത് അച്ചടിച്ച് വരും, അച്ചടിച്ച് വരുന്ന ഓരോ അക്ഷരങ്ങൾക്കും കണ്ണീരിന്റെയും വിയർപ്പിന്റേയും നനവുണ്ടായിരിക്കും; സ്വപ്നങ്ങളുടെ തുടിപ്പും. ഇങ്ങനെ ജീവിതത്തോട് പൊരുതി എഴുതിയവരുടെ, സാംസ്കാരിക പ്രവർത്തനം നടത്തിയവരുടെ കഷ്ടപ്പാടുകളുടേയും,നഷ്ടപ്പാടുകളുടെയും ഫലമാണ് ഇടുക്കിയുടെ സാംസ്കാരിക ഭൂമിക. ഒരൊറ്റ ക്ലിക്കിൽ കഥയും കവിതയുമെല്ലാം പ്രകാശിതമാകുന്ന ഇക്കാലത്ത് നിന്നുകൊണ്ട് കോടമഞ്ഞിന്റെ അവ്യക്തതയിലൂടെ എന്ന പോലെ മാത്രമേ നമുക്ക് അക്കാലത്തെ സങ്കൽപ്പിക്കാനാകൂ. ഇന്ന് മലയാള സാഹിത്യത്തിലേയ്ക്ക് റബറൈസ്ഡ് പാതകൾ ഉണ്ടെങ്കിലും ഇതൊന്നുമില്ലാതിരുന്ന കാലത്ത് അവിടേയ്ക്കുള്ള കാനനപാതകൾ വെട്ടിതെളിച്ചവരെ മറക്കരുത്. അത് ഗുരുത്വദോഷമാകും.

കഴിഞ്ഞ അഞ്ച് പതിറ്റാണ്ടത്തെ സർഗജീവിതം കാഞ്ചിയാർ രാജൻ എന്ന എഴുത്തുകാരനെ അടയാളപ്പെടുത്തുന്നത് പലരീതിയിലാണ്. അതിലൊന്ന് ഇടുക്കിയുടെ ഗോത്രസംസ്കൃതിയുടെ ചരിത്രകാരൻ എന്നാവും. മലനിരകളിലെ ഗോത്രപൈതൃകത്തെ മലയാള സാഹിത്യത്തിന് പരിചയപ്പെടുത്തിയത് കാഞ്ചിയാറാണ്. ഗോത്രസംസ്കൃതിയുമായി ബന്ധപ്പെട്ട് കുറേയധികം പുസ്തകങ്ങൾ എഴുത്തുകാരന്റേതായിട്ടുണ്ട്. മറ്റൊന്ന്, മലനാടിന്റെ രാഷ്ട്രീയ സാംസ്കാരിക രംഗത്ത് ചലനങ്ങളുണ്ടാക്കിയ നാടകങ്ങളുടെ സ്രഷ്ടാവ് എന്ന നിലയിലാവും. ഇടുക്കിയുടെ പുരോഗമന രാഷ്ട്രീയത്തിന്റെ വളർച്ചയ്ക്കുള്ള സാംസ്കാരിക മണ്ണ് ഉഴുതിട്ട ഒരു പിടി നാടകങ്ങൾ കാഞ്ചിയാറിന്റെ തൂലികയിൽ പിറന്നു. കഥാകൃത്തായും തിരക്കഥാകൃത്തായും കവിയായും ഗാനരചിയിതാവായും കാഞ്ചിയാർ രാജൻ എന്ന എഴുത്തുകാരൻ രംഗപ്രവേശം ചെയ്തിട്ടുണ്ട്, എന്നാൽ അഞ്ച് പതിറ്റാണ്ട് നീണ്ട അദ്ദേഹത്തിന്റെ എഴുത്തുജീവീതത്തിന്റെ ബാക്കിപത്രമായി പത്തിൽ താഴെയുള്ള അദ്ദേഹത്തിന്റെ പ്രസിദ്ധീകരിക്കപ്പെട്ട പുസ്തകങ്ങളും പിന്നെ കുറെയധികം ലേഖനങ്ങളുമായി ഒതുക്കി കാണാൻ സാഹിത്യപഠിതാക്കൾ ശ്രമിച്ചാൽ അതൊരു നീതികേടാവും. ഇവിടെയാണ് കാഞ്ചിയാർ രാജൻ എന്ന എഴുത്തുകാരന്റെ രേഖപ്പെടുത്താത്ത എഴുത്തു ജീവിതത്തെ കൂടി നോക്കി കാണേണ്ടത്.

എണ്ണമറ്റ സമരങ്ങളുടെ കൂടി ഭൂമികയാണല്ലോ ഇടുക്കി. സമരാന്തരീക്ഷത്തെ ചടുലമാക്കികൊണ്ട് മുഷ്ടിചുരുട്ടി വിളക്കപ്പെട്ട എത്രയെത്ര മുദ്രാവാക്യങ്ങൾ ഈ വായുവിൽ അലിഞ്ഞ് ചേർന്നിട്ടുണ്ട്. അൻപതാണ്ടുകൾ കൊണ്ട് കാഞ്ചിയാർ എഴുതിയ മുദ്രാവാക്യങ്ങൾ മാത്രം

സമാഹരിച്ചാൽ തന്നെ അത് പലപുസ്തകങ്ങൾക്കുള്ള വകയായി.

എഴുതുന്ന ഓരോ വാക്കിലും ഓരോ വരിയിലും കാഞ്ചിയാറിന് രാഷ്ട്രീയമുണ്ട്. കറ കലരാത്ത് നിലപാടുണ്ട്. മുദ്രാവാക്യങ്ങൾ മാത്ര മല്ല, സമരമായാലും, സമ്മേളനമായാലും സാംസ്കാരിക പരിപാടി കളായാലും നോട്ടീസ് തയ്യാറാക്കുന്ന ചുമതല കാഞ്ചിയാറിനാവും. രൂപഭംഗിയുടെ കണിശതയിൽ നിർമ്മിക്കപ്പെട്ട അത്തരം നൂറുക ണക്കിന് നോട്ടീസുകൾ മികച്ച സാഹിത്യസൃഷ്ടികൾ തന്നെ. അഞ്ചു പതിറ്റാണ്ടത്തെ സാഹിത്യ ജീവിതംപരാമർശിക്കുമ്പോൾ കഥയെ പറ്റിയോ ലേഖനത്തെ പറ്റിയോ കവിതയെ പറ്റിയോ നാടകത്തെ പറ്റിയോ മാത്രം പറഞ്ഞാൽ പോര, ഈ മുദ്രാവാക്യങ്ങളും നോട്ടീസു കളുമൊക്കെ ചേർത്തു പറയേണ്ടതുണ്ട്. എന്തെന്നാൽ, ഒരു ജനതയുടെ സാമൂഹിക രാഷ്ട്രീയവുമായ ജീവിതത്തെ അടയാളപ്പെടുത്തുന്ന ചരിത്ര രേഖകളാണവ. ഞാൻ ജനിക്കുന്നതിനും പതിറ്റാണ്ടുകൾക്ക് മുന്നേ കഥയെഴുത്ത് തുടങ്ങിയ ആളാണ് കാഞ്ചിയാർ. എന്നാലിത് ആദ്യത്തെ കഥാസമാഹാരമാണ് താനും. അതു കൊണ്ട് തന്നെ ഈ കഥാസമാഹാരത്തിന് ചില പ്രത്യേകതകൾ ഉണ്ട്. അതിലൊന്ന്, സപ്തതി കഴിഞ്ഞ എഴുത്തുകാരന്റെ കൗമാരം മുതലുള്ള വിവിധ ജീവതഘട്ടങ്ങളിൽ എഴുതപ്പെട്ട ഈ കഥകൾ എഴുത്തുകാരന്റെ ജീവിതത്തെയും അനുഭവങ്ങളെയും വ്യത്യസ്തഘട്ടങ്ങളിലെ ചിന്ത കളെയും അടയാളപ്പെടുത്തുന്നു എന്നതാണ്. മറ്റൊന്ന് മലയാളകഥ സഞ്ചരിച്ചിട്ടുള്ള ഭാവരൂപ പരിണാമ ധാരകൾക്കൊപ്പം സഞ്ചരിച്ച കഥാകാരൻ എന്ന നിലയിൽ വ്യത്യസ്ത കാലഘട്ടങ്ങളിൽ എഴുതപ്പെ ട്ട ഈ കഥകളിൽ ആ കാലഘട്ടത്തെ കഥാവഴികളുടെ സ്വാധീനം കാണാം. പഴയ ബൗദ്ധിക വ്യവഹാരങ്ങളും സൗന്ദര്യ നിയമങ്ങളും ഉല്ലംഘിക്കുന്ന ഉത്തരാധുനികതയുടെ വെളിച്ചം മിക്ക കഥകളിലും ദർശിക്കാം. നവഭാവുകത്വത്തിന്റെ കഥാവഴികളിലൂടെ സഞ്ചരിച്ച മലനാട്ടിലെ ആദ്യപഥികനാണ് കാഞ്ചിയാർ.

കഥാസാഹിത്യത്തിന്റെ വിവിധ പരിണാമ ധാരകളിൽ ജനിച്ച കഥകൾ എന്ന നിലയിൽ ഈ സമാഹാരത്തിലെ കഥകൾ ഒരു പൂന്തോട്ടത്തിലെ പൂക്കൾ പോലെ വൈവിധ്യം നിറഞ്ഞതാണ്. പലനിറങ്ങളിലും രൂപങ്ങളിലും സുഗന്ധങ്ങളിലും വിരിഞ്ഞവ. ഒന്ന് ഒന്നിനോട് വേറിട്ടു നിൽക്കുന്നവ. കഥകളിലെ ഭാവുകത്വത്തിലെയും ഘടനയിലേയും രൂപസൗന്ദര്യത്തിലെയും വ്യത്യസ്തത അഞ്ച് പതിറ്റാ ണ്ടത്തെ കഥാകാരന്റെ കഥാസഞ്ചാരത്തെ കൂടി അടയാളപ്പെടുത്തുന്നു.

കാഞ്ചിയാറിന്റെ എല്ലാ കഥകളിലും കാഞ്ചിയാറുണ്ട്. ഒന്നുകിൽ ദൃശ്യനായി; അല്ലെങ്കിൽ അദൃശ്യനായി. കാഞ്ചിയാറിന് ഒരു

പക്ഷമുണ്ട്. അത് പീഡകനോടും ചൂഷകനോടും സമരസപ്പെടുന്നില്ല. മറിച്ച് പീഡിതനോടും ചൂഷിതനോടും ഐക്യപ്പെടുന്നു, നിസ്വപക്ഷത്തെ ചേർത്തു പിടിക്കുന്നു.

ഡയോജനിസ് വീണ്ടും എന്ന കഥയിലെ കഥാപാത്രം എഴുത്തുകാരൻ തന്നെയാണ്. ഭ്രാന്തനെന്ന് മുദ്രകുത്തപ്പെട്ട് മുറിയുടെ കനത്ത ഇരുട്ടിലേക്ക് പിൻവാങ്ങുമ്പോഴും കഥയിൽ ഒരു വെളിച്ചം കെടാതെ കഥാകാരൻ കാക്കുന്നു.

കഥാകാരനിലെ ഒരു സിനിമാക്കാരനെ അനാവരണം ചെയ്യുന്ന കഥയാണ് 'കാലത്തിന്റെ മുഖം നൃത്തം' എന്ന കഥ. മികച്ച ഫ്രെയിമുകളാണ് ഈ കഥയുടെ സവിശേഷത. ഒരു സിനിമ കാണുന്ന പോലെ വായിച്ചു പോകാവുന്ന കഥ, വായനാശേഷവും മനസിൽ നിൽക്കും.

സ്ത്രീപക്ഷ നിലപാടുകളോട് എന്നും ഐക്യപ്പെടുന്ന കഥാകാരനാണ് കാഞ്ചിയാർ. മികച്ച സ്ത്രീപക്ഷ കഥകൾ ഈ സമാഹാരത്തിലുണ്ട്. പെണ്ണമ്മ നാടകം ഗംഭീരമായ സ്ത്രീപക്ഷ കഥ എന്നതിലുപരി ധ്യാനാത്മകമായ സർഗാത്മകതയിൽ വിരിഞ്ഞ അസാധ്യ ശിൽപഭംഗിയുള്ള കഥയുമാണ്. സമാഹാരത്തിലെ കഥകളിൽ എടുത്തു പറയേണ്ട കഥ. പോസ്റ്റ്മാർട്ടം എന്ന കഥയും പൊള്ളുന്ന സ്ത്രീപക്ഷ രചന തന്നെ. അട്ടകളുടെ തോട്ടത്തിലെ അശ്വതിയും ഇരുളിൽ അലിയാൻ കൊതിച്ച പെൺകുട്ടി എന്ന കഥയിലെ പെൺകുട്ടിയും പാത്രസൃഷ്ടികളിൽ മുന്നിൽ നിൽക്കുന്നു.

ഷിമ്മികുട്ടുകളുടെ സംഘനൃത്തം അഴുക്കുസഞ്ചി എന്നീ കഥകൾ പരിസ്ഥിതി രാഷ്ട്രീയം മുന്നോട്ട് വയ്ക്കുന്ന കഥകളാണ്. വർത്തമാന ജീവിതത്തിന്റെ പരിസ്ഥിതി വിരുദ്ധ സമീപനങ്ങൾക്കു നേരെ വിരൽ ചൂണ്ടുന്ന കഥകൾ എഴുത്തുകാരന്റെ ഹരിതരാഷ്ട്രീയത്തെ തുറന്ന് കാട്ടുന്നു. കച്ചവടക്കണ്ണ്, റാഞ്ചൽ, പത്രാധിപർ നിരസിച്ച കവിതകൾ തുടങ്ങിയ കഥകൾ ആത്മാംശം നിറഞ്ഞവയാണ്.

ഭാഷാപ്രയോഗത്തിലും ആഖ്യാനരീതിയിലും അസാമാന്യ കയ്യൊതുക്കവും അച്ചടക്കവും വേണ്ട കഥാരൂപമാണ് കുറുങ്കഥകൾ. ഫ്ളാഷ് ഫിക്ഷനുകൾക്ക് ഒറ്റവായനയിൽ വലിയ ചലനങ്ങൾ സൃഷ്ടിക്കാനാവും. കഥാകഥന രീതിയുടെ കാച്ചിക്കുറുക്കൽ കഥയുടെ ലക്ഷ്യത്തെ തടസപ്പെടുത്തുകയുമരുത്. ഫ്ളാഷ് ഫിക്ഷനിൽ പ്രധാന പങ്ക് വായനക്കാരനുമുണ്ട്. തുടർ ചിന്തയിലേയ്ക്കുള്ള ആദ്യപടി വരെ വായനക്കാരനെ കൊണ്ടുചെന്നെത്തിക്കേണ്ടത് കഥാകാരൻ തന്നെ. ഇണക്കം - പിണക്കം, മറവി, പ്രണയം, വാക്ക്, രതിഭാഷ, മലയെഴുത്ത് തുടങ്ങിയ കഥകൾ മികച്ച കുറുങ്കഥകൾ ആണ്.

എഴുത്തുകാരന്റെ രാഷ്ട്രീയ ജീവിതം നൽകിയ പാഠങ്ങളാണ് തെരഞ്ഞെടുപ്പ് വിശേഷങ്ങൾ, ഒരു തെരഞ്ഞെടുപ്പ് കഥ തുടങ്ങിയ കഥകൾ.പൊതുരാഷ്ട്രീയത്തിൽ നിന്നോ സാമൂഹിക വിഷയങ്ങളിൽ നിന്നോ ഒഴിഞ്ഞുമാറി നിൽക്കുന്ന എഴുത്തുകാരനല്ല കാഞ്ചിയാർ. ഒരു രാഷ്ട്രീയ പ്രവർത്തകനെന്ന നിലയിലും സാംസ്കാരിക പ്രവർത്തകർ എന്ന നിലയിലും തന്റെ നിലപാടുകൾ ഉയർത്തിപ്പിടിക്കുകയും ഇടപെടലുകൾ കൃത്യമായി നടത്തുകയും ചെയ്യുന്നയാളുമാണ്. അത് കൊണ്ട് തന്നെ കാഞ്ചിയാറിന് എഴുത്തും ജീവിതവും വേറിട്ടതല്ല. മുല്ലപ്പെരിയാർ അണക്കെട്ട് വലിയ ജലബോംബായി പെരിയാർ നിവാസികളുടെ ഉറക്കം കെടുത്തിയിരുന്ന കാലഘട്ടത്തിൽ എഴുത പ്പെട്ട ഉയരങ്ങൾ തിരയുന്ന രാഹുൽ എന്ന കഥയും കസ്തൂരിരംഗൻ റിപ്പോർട്ടുമായി ബന്ധപ്പെട്ട് ഉണ്ടായ വലിയ സമരാഗ്നിയിൽ പിറ വിയെടുത്ത കസ്തൂരിക്കാറ്റ് എന്ന കഥയും ഇതിന് അടിവരയിടുന്നു. പുരോഗമന രാഷ്ട്രീയം എപ്പോഴൊക്കെ ആക്രമണത്തിന് വിധേയവോ അപ്പോഴത്തെ എഴുത്തിലൂടെയും സാംസ്കാരിക ഇടപെടലുകളുടേയും സർഗാത്മക പ്രതിരോധം തീർക്കുവാൻ കാഞ്ചിയാർ മുൻനിരയിലു ണ്ടാവും.രണ്ടാംവരവ്, ഭാരം, കസ്തൂരിക്കാറ്റ്, കടലാസുദൈവം തുടങ്ങിയ കഥകളൊക്കെ അതിനുദാഹരണങ്ങളാണ്.

കാഞ്ചിയാറിന് ഒരു രാഷ്ട്രീയമുണ്ട്. അത് നിസ്വപക്ഷത്തോടുള്ള കരുതലിന്റെ രാഷ്ട്രീയമാണ്. അത് ജീവിതവുമായി വേറിട്ട് നിൽക്കു ന്നതല്ല, എന്നത് കൊണ്ട് തന്നെ കഥയുടേയും രാഷ്ട്രീയമാണ്. വേട്ട എന്ന കഥ മനസ്സിൽ മുറിവ് ഏൽപ്പിക്കുന്നത് ആ രാഷ്ട്രീയം അത് അനാവരണം ചെയ്യുന്നത് കൊണ്ടാണ്. പകുതി കടിച്ച ആപ്പിൾ കഷണം ഒരു വിങ്ങൽ സമ്മാനിച്ച് മനസിൽ അങ്ങനെയങ്ങ് കിടക്കും.

ഞാൻ മുൻപ് സൂചിപ്പിച്ചതു പോലെ കാഞ്ചിയാറിന് ഒരു പക്ഷ മുണ്ട്. അതിൽ അദ്ദേഹം വെള്ളം ചേർത്തിട്ടില്ല. കാരണം അത് അൻപതാണ്ടത്തെ സർഗജീവിതത്തിന്റെ തിരിച്ചറിവിന്റെ നേരാണ്. അതുകൊണ്ട് തന്നെ അദ്ദേഹത്തിന്റെ കഥകൾക്കു ഒരു പക്ഷമുണ്ട്.

കാഞ്ചിയാർ

23.07.2020

കഥകൾ

എലിമാളങ്ങൾ വെട്ടിപ്പൊളിച്ച ഒരാൾ

കൊല്ലും...

കൊല്ലും ഞാൻ നിന്നെ

കൂർത്ത പല്ലുകളുള്ള നരച്ച രോമങ്ങളുള്ള നിന്റെ തല കല്ലിൽ ചേർത്ത് വച്ച് ഞാൻ ചതക്കും. എന്റെ വിരലുകൾക്കിടയിൽ തലകീഴായി തൂങ്ങുന്ന നിന്റെ ചതഞ്ഞ തലയിൽ നിന്നും വാർന്നു വീഴുന്ന കറുത്ത ചോരയിൽ നോക്കിനിന്ന് ഞാൻ പൊട്ടിച്ചിരിക്കും:

നീ...

നിയെല്ലാം തിന്നു. തിന്നു നീ ചീർത്തു. എന്റെ കുഞ്ഞുങ്ങൾക്ക് ഒരു നേരത്തേക്കുപോലും വച്ചേക്കാതെ.

പടവെട്ടിപിടിച്ച പത്തുസെന്റിലെ ചോർന്നൊലിക്കുന്ന കുടിലിൽ, അടുപ്പിന്റെ ചുവട്ടിൽ, ചാരംമെഴുകിയ തറയിൽ, നിറയാത്ത വയറുകളിൽ തടവികൊണ്ട്, നിറഞ്ഞ കണ്ണുകൾ തുടച്ചുകൊണ്ട് ഞാൻ കിടക്കുമ്പോൾ, എല്ലും തൊലിയുമായ എന്റെ കുഞ്ഞിപ്പെണ്ണു കിടക്കുമ്പോൾ-

എല്ലുന്തി, കവിളുചാടി, വയറു വീർത്ത എന്റെ കുട്ടികൾ കിടക്കുമ്പോൾ-

നീണ്ട മാളങ്ങളുടെ അഗ്രങ്ങളിൽ, പട്ടുമാളികയിൽ, നീ സുഖിക്കുന്നു. നിന്റെ ഭാര്യ സുഖിക്കുന്നു. കുട്ടികൾ സുഖിക്കുന്നു. മഴയറിയാതെ, വെയിലറിയാതെ, പൊള്ളുന്ന വേദനകൾ അറിയാതെ...

എലികൾ കടിച്ചു തിന്ന കപ്പക്കിഴങ്ങുകളുടെ മുറിപ്പാടിൽ മുളച്ചു നിൽക്കുന്ന കുരുന്നു വേരുകളിൽ നോക്കി കൊച്ചുരാമൻ

അലറി: കഴുവേറികൾ.

പിഴുതെടുത്ത കപ്പയുടെ ചുവട് വലിച്ചെറിഞ്ഞിട്ട് അയാൾ

മൺവെട്ടികൊണ്ട് ആഞ്ഞുവെട്ടി. മാളം തുടങ്ങുന്നിടത്ത്, അതിന്റെ ഒത്ത നടുവിൽ.

ചുവടുകളിൽ നിന്ന് ചുവടുകളിലേയ്ക്ക് എലികളുടെ മാളങ്ങൾ നീളുന്നു. വെളിച്ചമില്ലാത്ത കൊച്ചുകൊച്ചു ഗുഹകൾ പൊളിഞ്ഞു വീഴുമ്പോൾ, തിന്ന കപ്പയുടെ ബാക്കി തൊലികൾ കുന്നുകൂടി കിടക്കുന്നതുകാണുന്നു. അതു കാണുമ്പോൾ അയാളുടെ അരിശം ഇരട്ടിക്കുന്നു. അപ്പോൾ മണ്ണിൽ ഉറച്ചുനിന്ന കപ്പച്ചുവടുകൾ കടപുഴകുന്നു.

വീണ്ടും മാളങ്ങൾ. അവസാനിക്കാത്ത മാളങ്ങൾ. മാളങ്ങൾക്ക് ശിഖരങ്ങൾ. പിന്നെ തായിലയിലൂടെ, ശിഖരങ്ങളിലൂടെ അയാളുടെ കലിയാത്ര. ഇടക്കിടെ മാളങ്ങൾ അടയുന്നു. തളരാതെ, കാത്തുനിൽക്കാതെ അടഞ്ഞ മാളങ്ങൾ വെട്ടിപ്പൊളിക്കുന്നു. അടഞ്ഞ മാളങ്ങൾ തുറന്നു കിട്ടുമ്പോൾ അയാൾക്കാവേശം. ആവേശം പടരുമ്പോൾ അലർച്ച:

കൊല്ലും ഞാൻ...

പിന്നെയും മാളങ്ങൾ. പത്ത് സെന്റിന്റെ അതിരുകൾ കടന്ന് മാളങ്ങൾ നീളുന്നു. അത് ജന്മിയുടെ ഏത്തവാഴത്തോപ്പിലേയ്ക്ക്... അതിനപ്പുറം ജന്മിയുടെ മണിമാളിക. അപ്പോൾ അയാൾക്കത്ഭുതം:

ങേ. നീ...നീ നീയിവിടന്നാരുന്നോ?

വർദ്ധിച്ച അരിശത്തോടെ, ആവേശത്തോടെ അയാൾ വീണ്ടും വീണ്ടും മാളങ്ങൾ വെട്ടിപ്പൊളിച്ചു. കിതച്ചുകൊണ്ട്, വിയർത്തുകൊണ്ട്, എല്ലാമെല്ലാം മറന്നുകൊണ്ട്.

മാണങ്ങൾക്ക് മുറിവേറ്റ ഏത്തവാഴകൾ ഒന്നൊന്നായി കടപുഴകി വീണത് അയാൾ അറിഞ്ഞില്ല. അയാളുടെ കണ്ണുകളിൽ മാളങ്ങൾ. മാളങ്ങളുടെ അഗ്രങ്ങളിൽ കൂടുകൾ. കൂടുകളിൽ എലികൾ. വിതക്കാതെ, വേലയെടുക്കാതെ വിളവെടുക്കുന്ന എലികൾ.

ഡയോജനീസ് വീണ്ടും

എന്റെ മുറിയിൽ, മുറിയിലെ കനത്ത ഇരുട്ടിൽ, അനങ്ങിയാൽ കരയുന്ന കട്ടിലിൽ, ചുളിവുകൾ വീണ വിയർപ്പിന്റെ ഗന്ധമുള്ള കിടക്കയിൽ, എന്റെ അലമാരയെ നോക്കി, ചിലന്തിവലകളെ നോക്കി, ചിതലുകളെ നോക്കി, ഇടയ്ക്കിടെ പ്രാണികളുടെ പിന്നാലെ ചുമരിലൂടെ പാഞ്ഞു വരുന്ന ഗൗളികളെ നോക്കി, ദുർഗന്ധം ശ്വസിച്ചുകൊണ്ട്, ദുഃഖം ഭക്ഷിച്ചുകൊണ്ട്, കണ്ണീരു കുടിച്ചുകൊണ്ട്, ഞാൻ കിടക്കുമ്പോൾ-

നിമിഷാർദ്ധങ്ങളുടെ പിടിയിലമർന്ന് കരയുകയും ചിരിക്കുകയും ജനിക്കുകയും മരിക്കുകയും ചെയ്യുമ്പോൾ-

മരുഭൂമിയിലെ മണൽക്കാടുകളിൽ മലർന്നുകിടന്നുകൊണ്ട് പുതിയ ഒരു പിറവിക്കുവേണ്ടി ദാഹിക്കുകയും കൊതിക്കുകയും ചെയ്യുമ്പോൾ -

അനേകായിരം ബീജബിന്ദുക്കളിലൊന്നായി, ക്ഷണിക്കപ്പെടാത്ത ഒരതിഥിയായി, അപരിചിതമായ ഏതോ ഒരു ഗർഭപാത്രത്തിലേക്കൊഴുകയും ഒരു ഭ്രൂണമായി , കുഞ്ഞായി ഡയോജനീസ് എന്ന തത്വജ്ഞാനിയായി പുനർ ജീവനം നടത്തുകയും ചെയ്തപ്പോൾ-

എനിക്ക് ആനയുടെ ശക്തിയുണ്ടായി. ഇരുപതാം നൂറ്റാണ്ടിന്റെ ആദിമ ദശയിൽ, വേനലിൽ ചുട്ടുപഴുത്ത മദ്ധ്യാഹ്നത്തിൽ ജ്വലിക്കുന്ന ഒരു വിളക്കുമായി തെരുവീഥികളിലൂടെ ആൾക്കൂട്ടത്തിലൂടെ ഞാനെന്റെ അന്വേഷണം തുടരുമ്പോൾ-

കരിയും പുകയും തുപ്പുന്ന കാലുറകളും മുറിപ്പാവാടകളും ഒഴുകുന്ന, നഗരവീഥിയിലെ, ആൾക്കൂട്ടത്തിലെ, ആയിരങ്ങളുടെ നടുവിലെ, ഏറ്റവും വലിയ മാന്യൻ, എന്റെ അയൽവാസി, കണ്ണില്ലുണ്ണി, സുവിശേഷക്കാരൻ, എന്റെ കണ്ണുകൾത്തന്നെ തുറിച്ചുനോക്കിക്കൊണ്ട്, 'ഭ്രാന്തൻ'

എന്ന ഓമനപ്പേരു നൽകി എന്റെ കരളിൽ കല്ലെറിഞ്ഞപ്പോൾ-

ആൾക്കൂട്ടത്തിലെ ആയിരങ്ങളുടെ കണ്ഠങ്ങളിൽനിന്ന് അതുതന്നെ ആവർത്തിക്കപ്പെട്ടപ്പോൾ-

ഭൂമിയിലും ആകാശത്തിലും തട്ടി അത് പ്രതിദ്ധ്വനിച്ചപ്പോൾ-

ഞാൻ പിൻതിരിഞ്ഞോടി .

ഏതൻസ് നഗരിയിലെ തെരുവീഥിയിലൂടെ, ഇരുപതാം നൂറ്റാണ്ടിന്റെ മധ്യാനത്തിലൂടെ ആൾക്കൂട്ടത്തിലൂടെ. എന്റെ മുറിയിലേക്ക്.

മുറിയിലെ കനത്ത ഇരുട്ടിലേക്ക്. എന്നിലേക്ക്.

കാലത്തിന്റെ മുഖം, നൃത്തം

തലയിൽ വേണ്ടതിലേറെ മുടികൾ. വീതുളിയുടെ ആകൃതിയും വലിപ്പവുമുള്ള കൃതാവ്, ഭംഗിയുള്ള മീശ, തുടുത്ത കവിൾ. വിരിഞ്ഞമാറ്. തടിച്ച കൈകാലുകൾ.

അഞ്ചടി ആറിഞ്ചു പൊക്കം. ടെറിക്കോട്ടൺ ഷർട്ട്. ടൈറ്റ് പാന്റ്. പോയിന്റഡ് ഷൂസ്, ലോവർ ഡിവിഷൻ ക്ലാർക്ക്. വയസ്സ് ഇരുപത്തിയാറ്. ജി. ശിവശങ്കരൻനായർ എന്നപേര്.

ഇരുവശവും ഉയർന്നു നിൽക്കുന്ന പടുക്കുറ്റൻ കെട്ടിടങ്ങളുടെ, ഇക്ട്രിക് കമ്പികളുടെ, തൂണുകളുടെ, നിഴലുകൾ ഇണചേർന്നു കിടക്കുന്ന, വീതികുടിയ, കറുത്ത റോഡിലൂടെ ശിവശങ്കരൻനായർ നടന്നു. കാറ്റിൽ പറന്നുപോകുന്ന പഞ്ഞിക്കഷണം പോലെ, മഞ്ഞുപോലെ, അപ്പൂപ്പൻ താടിപോലെ.

പരിചിതമായ നഗരം.

അപരിചിതരായ മനുഷ്യർ.

ഒരു തടിയൻ റാവുത്തറേയും അയാളുടെ ബീവിയേയും രണ്ടു മൂന്നു കുട്ടികളേയും വലിച്ചുകൊണ്ടുവന്ന കുതിരവണ്ടി കോനാരുടെ കടയുടെ മുമ്പിൽ നിന്നു. കുതിര നിന്നു കിതച്ചു. കിതപ്പിനൊപ്പം വണ്ടിയും വണ്ടിക്കാരനും റാവുത്തറും ബീവിയും അരുമസന്താനങ്ങളും ചലിച്ചു. കുതിരയുടെ വായിലെ നുരയും പതയും കോനാരുടെ കടയുടെ മുമ്പിലെ പൂഴി മണ്ണിൽ വീണുരുണ്ടു.

നിമിഷങ്ങൾ കഴിഞ്ഞപ്പോൾ റാവുത്തറുടെ മുഖം ചുവന്നു. കണ്ണുരുണ്ടു, പുരികം വളഞ്ഞു. കോനാരുടെ കടയിലെ നിലക്കടലയിൽ നോക്കിയിരുന്ന വണ്ടിക്കാരന്റെ തോളിൽ സ്പർശിച്ചുകൊണ്ട് റാവുത്തർ മുരണ്ടു.

'ങ് ഹൂം...'

വണ്ടി പാഞ്ഞു.

തകരപാത്രങ്ങളിൽ കൂട്ടി വച്ചിരിക്കുന്ന അരിയുടെ, ചോളത്തിന്റെ, കേപ്പയുടെ, നിലക്കടലയുടെ മുമ്പിൽ ഒരു ശവംപോലെ കോനാരിരുന്നു. മുമ്പിലൂടെ നടന്നു പോകുന്ന ശിവശങ്കരൻനായരെ കണ്ടപ്പോൾ കോനാരുടെ മുഖത്ത് അത്ഭുതത്തിന്റെ നിഴലാട്ടം.

കോനാരുടെ കടയുടെ അരികിലൂടെ, പൂഴിമണ്ണ് നിറഞ്ഞ റോഡിൽ കയറി, കഴുതച്ചാണകങ്ങളെ ചവുട്ടിയരച്ചുകൊണ്ട് ശിവശങ്കരൻ നായർ നടന്നു. ഇരുവശങ്ങളിലുമുള്ള നനഞ്ഞ, അഴുകിയ ഓടകളിൽ പന്നികൾ ഇരതേടിയലഞ്ഞു. ചെളിയിൽ മുഖം തിരുകി, മനം മടുപ്പിക്കുന്ന ശബ്ദമുണ്ടാക്കി. നിലത്തു മുട്ടി വലിയുന്ന മുലകളുള്ള തള്ളയുടെ പുറകേ, അതിനു കിട്ടിയ ഇരക്കുവേണ്ടി കുഞ്ഞുങ്ങൾ പാഞ്ഞു.

വലിയ വീടിന്റെ പൂമുഖത്തെ, നിഴലിൽ ഒരു പെൺ കഴുത ഉറക്കം തൂങ്ങി നിന്നു. അതിന്റെ പിറകിൽ ഒരാൺ കഴുത പതുങ്ങി നിന്നു മണത്തു. സ്പർശനമേറ്റ കഴുത കാലുകൾ പറിച്ച് ആഞ്ഞാഞ്ഞു തൊഴിച്ചു. പിന്നെ കുണുങ്ങികുണുങ്ങി ഇരുട്ടിലേയ്ക്ക് മറഞ്ഞു. അരിശം മൂത്ത ആൺകഴുത കഴുത്തുപിരിച്ച്, വാപിളർന്ന്, ആകാശത്തുനോക്കി നിന്ന് അലറി.

ശിവശങ്കരൻനായർക്ക് ചിരിവന്നു:

മണ്ടൻ കഴുതേ, നീ കഴുതയാണോ?

കുമ്മായം തേച്ച ചുവരുകളിൽ വാൾ പോസ്റ്ററുകൾ. സിനിമാ പരസ്യങ്ങൾ. മക്കൾ തിലകത്തിന്റെ തൂലികാ ചിത്രങ്ങൾ. റ്റിക്'റ്റൊന്റിയുടെ പരസ്യങ്ങൾ. പരത്തിവച്ചിരിക്കുന്ന ചാണകം. ചാണകത്തിൽ നേർത്ത വിരലടയാളങ്ങൾ.

വിസ്താരമുള്ള ആൽത്തറ. ആൽത്തറയിൽ ചിതറിവീണ കിടക്കുന്ന നിഴലും വെളിച്ചവും. വെളിച്ചത്തിൽ തുള്ളിക്കളിക്കുന്ന കുട്ടികൾ. കറുത്ത, എല്ലിച്ച, പ്രാകൃതമായ കുട്ടികൾ. കുട്ടികളുടെ അരയിലെ കറുത്ത ചരടിൽ, വലിയ 'വേഷ്ടി'കളുടെ തുണ്ടുകൾ കൗപീനങ്ങളാണ്. അവർ മക്കൾ തിലകത്തെ അനുകരിച്ച് തീപ്പൊരി ചിതറുന്ന വാൾപയറ്റുകൾ നടത്തി. നടികർ തിലകത്തേപ്പോലെ കടുത്ത പേച്ചുപേച്ചി. നമ്പ്യാരെപ്പോലെ. പുരികം വളച്ചു... അട്ടഹസിച്ചു...

ശിവശങ്കരൻ ചിരിച്ചില്ല.

ആൽത്തറയിൽ, ആൽമരത്തിന്റെ ചുവട്ടിൽ വർഷങ്ങളായിരിക്കുന്ന ദൈവം. ഉറക്കമുണരാത്ത, ചലനമറ്റ ദൈവം. ദൈവത്തിന്റെ മുമ്പിൽ കൈകൾക്കൂപ്പി നിന്ന് ശിവശങ്കരൻനായർ പ്രാർത്ഥിച്ചു:.

'നീയെന്നെ നയിക്കൂ...'

പുളിമരങ്ങൾക്കിടയിലൂടെ, ശിഖരങ്ങളുടെ നിഴലുകളിൽ ചവുട്ടി, ലക്ഷ്യമില്ലാതെ നടന്നു. അകലെ, നിലാവിൽ മുങ്ങിക്കിടക്കുന്ന ചുവന്ന താഴ്‌വര. താഴ്‌വരയുടെ അതിർത്തികളിൽ കറുത്ത മലകൾ, പാറക്കെട്ടുകൾ. മലകളുടെ, പാറക്കെട്ടുകളുടെ, നിഴലുകൾ താഴ്‌വരയുടെ ഓരങ്ങളിൽ വീണു മരിച്ചു കിടക്കുന്നു. നടുറോഡിൽ ഇണചേർന്ന് നിന്ന കുറുനരികൾ ശിവശങ്കരൻനായരെക്കണ്ട് ഭയന്ന് അടുത്ത കൈതക്കാട്ടിലേയ്ക്കെടുത്തുചാടി.

നഗരത്തിൽ മാലിന്യങ്ങൾ കുന്നുകൂടിക്കിടക്കുന്ന മുനിസിപ്പാലിറ്റി കോമ്പൗണ്ടിലെ ദുർഗ്ഗന്ധം സഹിക്കാനാവാതെ ശിവശങ്കരൻനായർ നിന്നു. പുളിമരത്തിൽ ചാരിനിന്നാലോചിച്ചു.

ഇത് എവിടമാണ്?

ഇവിടെ ഞാനെങ്ങനെഎത്തി?

വന്ന വഴിയെ തിരിച്ചു നടന്നു.

ഇടത്തോട്ടു തിരിഞ്ഞ് മെറ്റൽ റോഡിലൂടെ മറവന്മാരുടെ, തേവന്മാരുടെ, ചക്ലിയന്മാരുടെ, തെരുവുകളിലൂടെ, റാവുത്തറന്മാരുടെ പടുക്കുറ്റൻ മാളികകളുടെ അരികുചേർന്ന് വീണ്ടും മെയിൻ റോഡിലെത്തി. അല്പം നടന്ന്, മെയിൻ റോഡ് ക്രോസ് ചെയ്തു ബസ്സ് സ്റ്റാൻഡിലേയ്ക്കു നടന്നു. തിരക്കുള്ള സ്റ്റാന്റിലെ നീളമുള്ള ഷെഡ്ഡിൽ താവളമടിച്ചിരിക്കുന്ന യാത്രക്കാർ. അരഭിത്തിയിൽ ചാരിക്കിടന്ന് ഒരു മലയാളി. യുവാവും ഭാര്യയും അടക്കിയ സ്വരത്തിൽ സംസാരിച്ചുകൊണ്ടിരിക്കുന്നു. അവരുടെ അരുകിൽ ഒരു കുട്ടി ചുരുണ്ടുകിടന്നുറങ്ങി. റഹിം ട്രാൻസ്പോർട്ടിന്റെ ഏജന്റായ തങ്കരാജ് എന്ന കറുത്ത ചെറുപ്പക്കാരൻ കിറുക്കുത്തണ്ണിയടിച്ച് ബോധം മറഞ്ഞ് അരഭിത്തിയിൽ മലർന്നുകിടന്ന് തുപ്പി.

ദാഹം. ഒരു കടൽ മുഴുവൻ കുടിച്ചു വറ്റിക്കുവാനുള്ള ദാഹം. തൊണ്ടയിൽ വരൾച്ച. ഞരമ്പുകൾ വലിഞ്ഞു മുറുകിപൊട്ടാൻ തുടങ്ങുന്നു. കൃഷ്ണമണികൾ മുമ്പോട്ടു തള്ളിത്തള്ളി വരുന്നു. കാഴ്ച്ച കുറയുന്നു. കൺകോണിലൂടെ തിളച്ചവെള്ളം ഒലിച്ചിറങ്ങുന്നു. നെറ്റിയിലൂടെ, കവിളിലൂടെ, മാറിലെ രോമ വൃന്ദങ്ങൾക്കിടയിലൂടെ വിയർപ്പുചാലുകൾ.

കെട്ടിടവും, വരാന്തയും, അരമതിലും, വഴിവിളക്കുകളും കറങ്ങുകയാണോ? ഈ ഭ്രമിക്കെന്തുപറ്റി? കരാർ വിലൈ ജവുളിക്കടയിലെ കളർ ബൾബുകൾക്കെന്തുപറ്റി? കറന്റ് സപ്ലൈയിൽ പതിവില്ലാത്ത ഈ മാറ്റം വരുത്തിയത് ഏതു വിഡ്ഢിയാണ്?

കറങ്ങുന്ന ഭൂമിക്കു നടവിൽ ഒരു ബിന്ദുവായി ശിവശങ്കരൻനായർ നിന്നുകറങ്ങി. അകലെ വൃക്ഷങ്ങൾക്കിടയിലൂടെ, വളവില്ലാത്ത റോഡിലൂടെ പാഞ്ഞുവന്ന ലൈൻ ബസ്സിന്റെ ജ്വലിക്കുന്ന കണ്ണുകൾ ശിവശങ്കരൻനായരുടെ കണ്ണുകളിൽ ഇരുട്ടാക്കിയിട്ട് പാഞ്ഞുപോയി.

തെന്നിത്തെന്നി തിയേറ്ററിന്റെ മുമ്പിലേയ്ക്ക് നടന്നു. ഫസ്റ്റ് ഷോ കഴിഞ്ഞ് ഞെങ്ങിഞെരുങ്ങി ഇറങ്ങിവന്ന അപരിചിതരുടെ ഇടയിലൂടെ ഒരു ബിന്ദുവായി ഒഴുകി. പ്രധാനറോഡിലൂടെ കുറെദൂരം ചെന്നപ്പോൾ ആളുകൾ പലപല വഴികളിലൂടെ ചിന്നിച്ചിതറി പോവുകയും ശിവശങ്കരൻനായർ തനിച്ചാവുകയും ചെയ്തു. കോൺക്രീറ്റ് പോസ്റ്റിൽ പിടിച്ചുകൊണ്ട് ആലോചിച്ചു.

'ഞാൻ- ഞാനെങ്ങോട്ടാണ്?'

കുറേനേരം അങ്ങനെനിന്നതിനുശേഷം എന്തോ പിടികിട്ടിയതു പോലെ തിരിച്ചു നടന്നു.

പോലീസ് സ്റ്റേഷന്റെ മുമ്പിലൂടെ, പൊടിമണ്ണ് നിറഞ്ഞ റോഡിലൂടെ, മണിമാളികകളുടെ ചുവട്ടിലൂടെ അകലെ, വെളിച്ചം കുറഞ്ഞ നാട്ടിലേയ്ക്ക്, ചുവന്ന തെരുവിലേയ്ക്ക്.

ഓടകളുടെ ദുർഗന്ധമേറ്റുകൊണ്ട് ചെറിയ ചെറിയ കുടിലുകളുടെ നിഴലുകളെ, കഴുത ചാണകത്തെ പൂഴിമണ്ണിനെ, ചവിട്ടി അരച്ചുകൊണ്ട്.

ഇടുങ്ങിയ, വെളിച്ചം കുറഞ്ഞ വഴികൾ അവസാനിക്കുന്നിടത്ത് വർഷങ്ങളുടെ പഴക്കമുള്ള ഒരു രണ്ടുനില കെട്ടിടം. രണ്ടു ചുമരുകൾക്കിടയിലൂടെ രണ്ടാം നിലയിലേക്കുള്ള കോണിപ്പടി. കോണിപ്പടി കയറി ച്ചെല്ലുമ്പോൾ വീതി കുറഞ്ഞ വരാന്ത. വരാന്തയിൽ നിന്നും ചെറിയ ചെറിയ മുറികളിലേയ്ക്ക് വാതിലുകൾ. വാതിലുകളിൽ നിറമില്ലാത്ത തിരശ്ശീലകൾ. തിരശ്ശീലക്കു പിന്നിൽ ഇടുങ്ങിയ, വെളിച്ചംകുറഞ്ഞ മുറികൾ. വിയർപ്പിന്റെ, വിയർപ്പിൽ കുതിർന്ന സുഗന്ധദ്രവ്യങ്ങളുടെ, കിടക്ക വിരികളുടെ ദുർഗ്ഗന്ധം. ദുർഗന്ധത്തിൽ അലിഞ്ഞു ചേർന്നു കിടക്കുന്ന കട്ടിൽ. കട്ടിലിൽ ഒരിക്കലും നിവരാത്ത ചുളിവുകളുള്ള കിടക്ക വിരികൾ. കിടക്ക വിരികളിൽ പാനപാത്രങ്ങൾ! പാനപാത്ര ങ്ങളിൽ മുന്തിരിച്ചാർ! ഈ പാനപാത്രങ്ങൾ അക്ഷയപാത്രങ്ങളാണ്. എല്ലാവരുടെയും വിശപ്പടക്കാൻ, ദാഹം തീർക്കാൻ ഒരു പാനപാത്രത്തിന്- ഒരൊറ്റ പാനപാത്രത്തിന് കഴിയും.

ആ പാനപാത്രങ്ങളിൽ ഞാനെന്നെ തിരയും.

അവിടെ ഞാൻ കാണുമോ?

എന്റെ മുഖം കാണുമോ?

എന്റെ രക്തം കാണമോ?

കാണേണ്ടതാണ്. ഞാനെത്രയോ പ്രാവശ്യം അവിടെവച്ച് പുനർജ്ജീവനം നടത്തിയതാണ്. ആദ്യമായി, ഞാനൊരു ഭർത്താവാകുന്നതിനു മുമ്പ് മുതൽ തന്നെ. പക്ഷെ അവരെന്നെ കൊന്നുകളഞ്ഞു. എന്റെ മുഖം കരിച്ചുകളഞ്ഞു. ഒന്നല്ല, രണ്ടല്ല പലപ്രാവശ്യം

ക്രൂത്തിച്ചികൾ...

കോണിപ്പടികൾ കയറി, വരാന്തയിലെത്തി, ഭിത്തിയിൽ പിടിച്ചുകൊണ്ടു നിന്നു കിതക്കുമ്പോൾ ചെറിയ മുറിയുടെ ചെറിയ വാതിലിൽ തൂങ്ങിനിന്ന തിരശ്ശീല നിരങ്ങി നീങ്ങി.

ഒരു മുഖം

മുഖം വരാന്തയിലേയ്ക്ക് ചലിച്ചു.

കിതക്കുന്ന ശിവശങ്കരൻനായരുടെ കൈകളിൽ പിടിച്ച്, അകത്തേയ്ക്കുപോയി.

വെട്ടിയിട്ടതുപോലെ ശിവശങ്കരൻനായർ കിടക്കയിൽ വീണു:

'എനിക്കു ദാഹിക്കുന്നു.'

കൂജയുടെ വായിൽ കമഴ്ത്തിവച്ചിരുന്ന ഗ്ലാസ്സെടുത്ത് അവൾ വെള്ള മൂറ്റി. കൂജയും അഞ്ചാമത്തെ ഗ്ലാസ്സും ശൂന്യമായപ്പോൾ അവളരുകി ലിരുന്നിട്ട് ചോദിച്ചു.

വെള്ളമിനിയും വേണോ?

വേണ്ട

നിമിഷങ്ങൾ.

നിശബ്ദത

ഇന്നെന്തുപറ്റി...?

അവൾ പറഞ്ഞത് തീരെ ശ്രദ്ധിക്കാതെ ശിവശങ്കരൻനായർ പറഞ്ഞു.

ഞാനിതേവരെ എന്റെ മുഖമൊന്നു കണ്ടില്ല.

അതിന് നിനക്കൊരു ഭാര്യയുണ്ടല്ലോ...?

അതുവേണ്ട. നിന്നിലൂടെ, നിന്റെ ഗർഭപാത്രത്തിലൂടെ, എനിക്ക് എന്റെ മുഖമൊന്നു കാണണം...

അതീ ജന്മത്തിൽ ഇനിയും സാദ്ധ്യമല്ല കരളേ...

എന്തുകൊണ്ട്...?

ആർക്കും ആരുടേയും മുഖം, എന്നിലൂടെ എന്റെ ഗർഭപാത്രത്തിലൂടെ

ഇനിയും കാണാൻ സാദ്ധ്യമല്ല.

തുറന്നു പറയൂ...

ഞാനൊരു വേശ്യയാണ്

നീ നിന്റെ അമ്മയുടെ ഗർഭപാത്രത്തിൽ പിറന്നു വീണതേ ഒരു വേശ്യയായിട്ടാണോ?

ദയവുചെയ്ത് ആ കഥകളൊന്നും എന്നോട് ചോദിക്കാതിരിക്കുക.

ശിവശങ്കരൻനായർ പിന്നീടൊന്നും മിണ്ടുകയുണ്ടായില്ല. നിശബ്ദത അസഹ്യമായി തോന്നിയപ്പോൾ അവൾ ചോദിച്ചു.

വിളക്കണക്കട്ടെ...

അണക്കൂ...

മഞ്ഞ വെളിച്ചം മരിച്ചു വീണ മുറിയിൽ മുഖത്തിന്റെ, മാംസത്തിന്റെ ഗന്ധം ഒഴുകി നടന്നു. മുഖത്തിൽ, മാംസത്തിൽ, നഗ്നതയിൽ, അലിഞ്ഞുചേർന്ന്, ആദിയിൽ നിന്നും അവസാനത്തിലേയ്ക്ക് പായുമ്പോൾ- അവസാനത്തിൽ എത്തിച്ചേരുന്നതിന് അല്പം മുമ്പ് തികച്ചും അപ്രതീക്ഷിതമായി, ഒരെഞ്ചിൻ നിലച്ചു. നിമിഷങ്ങളുടെ പിടിയിലമർന്ന്, വീർപ്പുമുട്ടി നിന്ന ശ്വാസം സ്വതന്ത്രമായപ്പോൾ, തെല്ലീർഷ്യയോടെ അവൾ ചോദിച്ചു.

എന്തുപറ്റി?

എനിക്കുറക്കം വരുന്നു.

എങ്കിൽ എണീറ്റ് മാറികിടക്കൂ...

ഞാനിവിടെ, ഇങ്ങനെയിരുന്നുറങ്ങിക്കോട്ടെ

അതുവേണോ?

ശിവശങ്കരൻനായർ ചുവരിനോട് ചേർന്ന് മലർന്ന് കിടന്നു. ഉറങ്ങിയതറിഞ്ഞില്ല.

കോർപ്പറേഷൻ സൈറൺ കാതുകളിൽ മുഴങ്ങിയപ്പോൾ ശിവശങ്കരൻനായരുടെ നെഞ്ചിലെ രോമങ്ങൾക്കിടയിലൂടെ വിരലുകൾ ഓടിച്ചുകൊണ്ട് അവൾ പറഞ്ഞു.

ദേ എണീക്കുന്നേ...

എന്തിന്?

പോകണ്ടേ?

എങ്ങോട്ട്?

മണി അഞ്ചായി

ശിവശങ്കരൻനായർ കണ്ണുതുറന്നു നോക്കി. ആദ്യം നടുങ്ങി. പിന്നെയും നടുങ്ങി. വീണ്ടും വീണ്ടും നടുങ്ങി. മേൽക്കൂരയിലെ ചില ന്തിവലകളിൽ നോക്കി അനങ്ങാതെ കിടക്കുമ്പോൾ മനസ്സിൽ ഇടിവെട്ടി മുഴങ്ങുന്ന ഒരു ചോദ്യം.

ഞാനെന്തിനാണ് കഞ്ചാവ് വലിച്ചത്?

ഉത്തരമില്ല.

വീണ്ടും ചോദ്യം.

ഞാനെന്തിനാണ് കഞ്ചാവുവലിച്ചത്?

ഉത്തരമില്ല.

ഉത്തരമില്ലാത്ത ചോദ്യത്തിനു പുറകെ മനസ്സ് വീണ്ടും വീണ്ടും പാഞ്ഞു നടന്നപ്പോൾ, അകലെ, ഓർമ്മകളിൽ ചുരുണ്ടു മടങ്ങി കിട ക്കുന്ന ടെലഗ്രാം പേപ്പർ. പേപ്പറിൽ ഒടിഞ്ഞു മടങ്ങി മരിച്ചുപോയ അക്ഷരങ്ങൾ.

മദർ സീരിയസ്സ്...

ശിവശങ്കരൻനായരുടെ മനസ്സ് തേങ്ങി.

അമ്മ...!

എന്റെ അമ്മ...!

നെറ്റിയിൽ പൊടിച്ചു വന്ന വിയർപ്പുതുള്ളികൾ, തോടായി ,പുഴയായി, കടലായി, കവിളിലൂടെ ഒഴുകി.

അട്ടകളുടെ തോട്ടം

അട്ടകൾ...

എലത്തോട്ടത്തിലെ അഴുകിയ കരിയിലകൾക്കിടയിൽ തപസിരിക്കുന്ന അട്ടകൾ. മാംസ മണത്തിനായി, മാംസത്തിലെ ചോരക്കായി, ആർത്തിയോടെ പതുങ്ങിയിരിക്കുന്ന കറുത്ത അട്ടകൾ.

തോട്ടം മുഴുവൻ അട്ടകളാണെന്നവൾക്കുതോന്നി. കണ്ണില്ലാത്ത, കാലില്ലാത്ത... കാൽവണ്ണയിലൂടെ ഒരെണ്ണം അവളുടെ കാൽനീളമള ന്നളന്ന് കയറിയപ്പോൾ അവൾ അലറി:

ന്റമ്മോ...

അവളുടെ വെളുത്ത കാൽവിരലുകൾക്കിടയിലൂടെ രക്തം വാർന്നു വീണപ്പോൾ അവൾ കരഞ്ഞു:

ന്റയ്യോ...

അവളുടെ കരച്ചിൽ കേൾക്കാനും അറപ്പു കാണാനുമായി ഒരു കൂട്ടുകാരി പറഞ്ഞു:

ദേ നിന്റെ ബ്രായിക്കകത്ത്.

അവൾ ഉറക്കെ അലറി. അതുകേട്ട് കൂട്ടുകാരികൾ ചിരിച്ചപ്പോൾ അവൾ പരിഭവിച്ചു. ഒരുത്തിയുടെ ചവിയിൽ എന്തോ കുസൃതി പറയുകയും ചെയ്തു. അവളെ തന്നെ നോക്കി എല്ലാം ശ്രദ്ധിച്ചു നിന്ന കൊച്ചുമുതലാളി പറഞ്ഞു.

അയ്യോ പാവം. അട്ട തിന്നാത്തും മറ്റുമില്ലകേട്ടോ.

കൂട്ടുകാരികൾ ചിരിച്ചപ്പോൾ അവൾ വീണ്ടും പരിഭവിച്ചു. കൊച്ചു മുതലാളി പോയി കഴിഞ്ഞപ്പോൾ അവൾ പറഞ്ഞു:

എനിക്കിതൊന്നും ഇഷ്ടമല്ല കേട്ടോ?

ഏത്? ഒരുത്തി മുനവച്ച് ചോദിച്ചു.

നോട്ടമിട്ടിട്ടുണ്ട്' മറ്റൊരുത്തി പറഞ്ഞു. അവളതിനു മറുപടി പറഞ്ഞില്ല. ഏലച്ചെടികൾക്കിടയിൽ നിവരാതെ നിന്നു പണി യെടുക്കുമ്പോഴും അവളുടെ മനസ്സിൽ നിറയെ അട്ടകളായിരുന്നു. കങ്കാണി അവളെത്തന്നെ നോക്കിക്കൊണ്ടു നിന്നു. അവളുടെ നീല ക്കണ്ണുകളിൽ. ചോരച്ചുണ്ടിൽ. തെറിച്ച മാറിടത്തിൽ. ഉദരത്തിലെ പൊക്കിൾച്ചുഴിയിൽ. നഗ്നമായ വെളുത്തകാലുകളിൽ. അവൾ തലയുയർത്തി നോക്കുമ്പോൾ അയാൾ ചൂളും. മരത്തിന്റെ ശിഖരങ്ങ ളെണ്ണും. അവൾക്കപ്പോൾ ചിരിക്കാൻ തോന്നി. പാവം കങ്കാണി. അയാളുനോക്കിക്കോട്ടെ.

മറ്റുള്ളവരെപ്പോലെ അവളും ഏലച്ചെടികളുടെ ചുവടുകൾ തെളിച്ചു മുന്നേറി. മഞ്ഞും മഴചാറ്റലും, തണുത്ത കാറ്റും, തണുപ്പുമൊന്നും വക വയ്ക്കാതെ.

വൈകുന്നേരം പണി കയറിയപ്പോൾ അവൾക്കു ദുഃഖം തോന്നി. നാളെ പണിയില്ല. എങ്ങനെ കഞ്ഞിവയ്ക്കും? അമ്മക്കു മരുന്നു വാങ്ങും? അച്ഛനുണ്ടായിരുന്നെങ്കിൽ പഠനം ഉപേക്ഷിച്ച് ഈ പണിക്ക് വിടു മായിരുന്നില്ലല്ലോ?

പാവം അച്ഛൻ. കാറ്റിൽ ഒടിഞ്ഞു വീണ മരക്കൊമ്പിനടിയിൽ പ്പെട്ട്...

നാളേം പണി കാണണേ എന്നവൾ പ്രാർത്ഥിച്ചു. അന്നത്തെ കൂലി വാങ്ങി നടക്കാൻ 'ഭാവിക്കുമ്പോൾ കൊച്ചുമുതലാളി പറഞ്ഞു:

അശ്വതി നാളെമുതൽ സ്ഥിരമായി പണിക്കുവന്നോളൂ.

കൊച്ചുമുതലാളിയോട് അവൾക്ക് വലിയ സ്നേഹവും ബഹുമാനവും തോന്നി. വീട്ടിലേക്കു നടക്കുമ്പോൾ അവൾ ഏറെ സന്തോഷിച്ചു. പഠനം മുടങ്ങിയെങ്കിലും വീട് പോറ്റാനാവുന്നുണ്ടല്ലോ?

രണ്ടു മൂന്നു ദിവസം അങ്ങനെ കടന്നുപോയി. നാലാം ദിവസം രാവിലെ അവൾ പണിക്കു ചെന്നപ്പോൾ കൂട്ടുകാരികളെ ആരെയും കണ്ടില്ല: 'അവരാരും വന്നില്ലേ'? അവൾ കങ്കാണിയോട് ചോദിച്ചു:

'അമ്മിണിയും ശാന്തേം വരുമെന്നാ പറഞ്ഞിരുന്നത്. അവർ പറ്റിച്ചു'. കങ്കാണി പറഞ്ഞു.

ഞാൻ തനിച്ച്?

എന്തായാലും വന്നില്ലേ? മിനക്കെടേണ്ട.

അവൾ അട്ടകളെ 'ഭയന്നു നിന്ന് കളയെടുത്തു. കൂടെക്കൂടെ കാൽ വിരലുകൾക്കിടയിൽ പരതിനോക്കി. ആരും കാണാതെ കാൽവണ്ണ യും തുടയും, ബ്ലൗസിനകവും പരിശോധിച്ചു. അട്ടകളെങ്ങാനും കടിച്ചു

ങ്ങിയാൽ?... ഓർക്കുമ്പോൾ അവളുടെ ശരീരം കുടഞ്ഞു.

ഉച്ചനേരത്ത് ആഹാരത്തിനു ശേഷം മരച്ചുവട്ടിൽ വിശ്രമിക്കുമ്പോൾ കങ്കാണി വന്നു:

അശ്വതിക്ക് നമ്മുടെ സ്റ്റോറൂം അറിയാമോ? "ഉം" അവൾ മൂളി. അവിടെ ഗുമ്പാ സൂക്ഷിച്ചിട്ടുണ്ട്. ഒന്നെടുത്തിട്ടുവരൂ.

അവൾ ഗുമ്പയെടുക്കുവാൻ സ്റ്റോർ റൂമിലേക്കുപോയി.

വെളിച്ചമില്ലാത്ത ഇരുണ്ട തോട്ടത്തിനു നടുവിൽ ഒരു പ്രേതാലയം പോലെ സ്റ്റോർ റൂം. വാതിൽ തുറന്നു കിടന്നിട്ടും അകം മുഴുവൻ ഇരുട്ടായിരുന്നു. അവൾക്ക് പേടി തോന്നി. ശ്വാസമടക്കി നിന്ന് ഗുമ്പാ തിരയുമ്പോൾ വാതിലടഞ്ഞു. ഇരുട്ടിനു കട്ടികൂടി. കാറ്റിനെ ശപിച്ച് അടഞ്ഞ വാതിൽ തുറക്കാൻ 'ശ്രമിക്കുമ്പോൾ പരിചിതമായ ഒരു ശബ്ദം:

അശ്വതീ

അവൾ ഞെട്ടി. ഇരുളിൽ തിളങ്ങുന്ന രണ്ടു കണ്ണുകൾ, പല്ലുകൾ:

പേടിക്കേണ്ട ഞാനാ.

ശക്തിയോടെ വാതുക്കലേക്കു കുതിക്കുമ്പോൾ മുമ്പിൽ രണ്ടു കൈ. ആ കൈകൾക്ക് ഇരുമ്പിന്റെ ശക്തി. അത് ഒരു പെരുമ്പാമ്പിനെ പോലെ അവളെ വരിഞ്ഞു. അതൊരട്ടയാണെന്ന് അവൾക്കു തോന്നി. ആയിരം അട്ടകളുടെ ശക്തിയുള്ള ഒരു വലിയ അട്ട. അതിന്റെ ശക്തിയിൽ അവൾ ഞെരിഞ്ഞമർന്നു. എത്ര ശ്രമിച്ചിട്ടും ആ അട്ടയെ പറിച്ചെറിയാൻ അവൾക്കു കഴിഞ്ഞില്ല.

അഴിഞ്ഞുലഞ്ഞ വസ്ത്രങ്ങളോടെ, കരഞ്ഞു കലങ്ങിയ കണ്ണുകളോടെ, സ്റ്റേർ റൂമിന്റെ ഭിത്തിയിൽ ചാരി അവളിരുന്നു. ഒരു പ്രതിമ പോലെ. ഏറെ നേരത്തിനു ശേഷം അഴിഞ്ഞ വസ്ത്രം വാരിയുടുത്ത്, കീറിയ മാറിടം കൈപ്പത്തികൊണ്ട് മറച്ച് അവൾ പുറത്തേക്കിറങ്ങി. കുറെ നോട്ടുകെട്ടുകളുമായി വാതിലിൽ കാത്തു നിന്ന കൊച്ചുമുതലാളിയുടെ കൈ തട്ടിമാറ്റി അവളിറങ്ങി ഓടി.

ഒരാനയെ പിടിച്ചു തിന്നാലും തീരാത്ത വിശപ്പോടെ, ആർത്തിയോടെ അവളെ കാത്തിരുന്ന അമ്മ ചോദിച്ചു:

അരിവാങ്ങിയില്ലേ?

ഇല്ല

എന്താ വാങ്ങാത്തെ?

കാശുകിട്ടിയില്ല

മൺകലത്തിൽ തിളച്ചുമറിഞ്ഞു കിടക്കുന്ന വെള്ളം വാങ്ങി വയ്ക്കുമ്പോൾ അവളുടെ കണ്ണു നിറഞ്ഞു. കുട്ടികൾ വിശന്നു കരഞ്ഞപ്പോൾ അവൾ പായയിൽ മുഖം ചേർത്തുവച്ചു തേങ്ങി. പുലർന്നിട്ടും ഉണരാതെ കിടന്ന അവളെ വിളിച്ചുണർത്തി അമ്മ ചോദിച്ചു:

നീയിന്നു പണിക്കു പോണില്ലേ?

ഇല്ല

എന്താ?

ഒരഗ്നിപർവ്വതംപോലെ അവൾ ചിതറി:

അവിടെ മുഴുവൻ അട്ടകളാണമ്മേ.

അട്ടകൾ നിന്നെ പിടിച്ചു വിഴുങ്ങുമോ?

അട്ടകളെ എനിക്കു പേടിയാണമ്മേ.

അവൾ പറഞ്ഞതൊന്നും പിടികിട്ടാതെ അവളുടെ അമ്മ പകച്ചു നിൽക്കുമ്പോൾ അവൾ പൊട്ടിപൊട്ടിക്കരഞ്ഞു. അവളുടെ അമ്മക്കു മനസ്സിലാകും വിധം ഉറക്കെയുറക്കെ കരഞ്ഞു.

പക്ഷികളുടെ പാഠം

വിരസമായ ഒരു ദിവസംകൂടി പറന്നു വീണല്ലോ എന്ന പതിവു ദുഃഖത്തിന് വിധേയനായി എല്ലാം അിറഞ്ഞുകൊണ്ട്, അനുഭവിച്ചുകൊണ്ട് താഴ്‌വരയിലേയ്ക്ക് തന്നെ നോക്കി നിൽക്കുമ്പോഴാണ് അയൽവീട്ടിലെ രമേശൻ എന്ന കുട്ടി കിതച്ചുകൊണ്ട് എന്റെ മുമ്പിൽ വന്നു നിന്നത്:

അപ്പുവേട്ടാ എരട്ടത്തലച്ചീടെ കൂട്ടിൽ രണ്ടു മൊട്ട

ഓർക്കാപ്പുറത്തുകൊണ്ട ഒരടിപോലെ ഞാൻ നടുങ്ങി. മനസ്സിൽ എവിടെ നിന്നെല്ലാമോ പറന്നുവീഴുന്ന ദുഃഖക്കരിയിലകൾ. ഇഴഞ്ഞു കയറുന്ന അസ്വസ്ഥതകൾ. വിരസത.

മലമുകളിൽ കാട്ടുചെടിയുടെ മൂന്നു ശിഖരങ്ങൾ പൊട്ടിമാറുന്ന കവട്ടയിലായിരുന്നു പക്ഷിക്കൂട്. തേങ്ങാമുറി മലർത്തിവച്ചതുപോലെ. മേൽക്കൂര ഉണ്ടായിരുന്നില്ല.

മട്ടുപ്പും വേദനയുമായി വീർപ്പുമുട്ടിയ ഒരു സായാഹ്നത്തിൽ അസ്തമയം കാണാനായി കുന്നിൻ മുകളിലേയ്ക്ക് നടക്കുമ്പോഴാണ് ഞാനത് കണ്ടുപിടിച്ചത്. അന്നു മുട്ട ഉണ്ടയിരുന്നില്ല. ഒരു കൊച്ചു കുട്ടിയുടെ കൗതുകത്തോടെ രമേശനോടൊപ്പം ഞാനെന്നും കൂടു സന്ദർശിച്ചു. ആദ്യമൊക്കെ ബാലിശമായ ഒരാനന്ദം അതെന്നിൽ ജനിപ്പിച്ചിരുന്നെങ്കിലും പിന്നീട് ദിവസങ്ങൾ കഴിയുന്തോറും അതെന്നെ ആഴത്തിൽ ചിന്തിപ്പിക്കുകയും ഒരു സ്വകാര്യ ദുഃഖത്തിനു തന്നെ അടിമയാകുകയും ചെയ്തിരുന്നു.

രമേശന്റെ വാർത്തകേട്ടപ്പോൾ പൊടുന്നനെ ഞാൻ ചിന്തിച്ചത് അമ്മയെപ്പറ്റിയാണ്. മുപ്പതു കഴിഞ്ഞ മകനുവേണ്ടി അറുപതിലും ഇരതേടി പോകുന്ന അമ്മയെപ്പറ്റി. പറക്ക മുറ്റിയിട്ടും പറന്നു പോകാൻ പറയാത്ത പാവം അമ്മയെപ്പറ്റി. അമ്മയെന്ന പക്ഷിയെപ്പറ്റി.

ഞാൻ കേട്ടില്ലെന്ന കരുതിയാവണം രമേശൻ വീണ്ടും വാർത്ത അറിയിച്ചു. ഞാൻ ചിന്തയിൽ നിന്നുണർന്ന് അവന്റെ മുഖത്ത് നോക്കി. അത്ഭുതത്തോടെ എന്റെ കണ്ണുകളിൽ തന്നെ നോക്കി നിൽക്കുന്ന അവനോട് 'രമേശാ എന്റെ കുഞ്ഞേ എന്നെ നടുക്കുവാൻ വേണ്ടിയുള്ള ഈ വാർത്തയുമായി നീ എന്തിനിപ്പോൾ ഓടി വന്നു' എന്ന് ചോദിക്കാനാണ് തോന്നിയതെങ്കിലും ഇവനെന്തു മനസ്സിലാവാൻ എന്ന ചിന്ത എന്നെ വീണ്ടും മൗനത്തിലാഴ്ത്തി.

പക്ഷിയായാലും മൃഗമായാലും ജീവൻ ജീവൻതന്നെ. അത് വിലപ്പെട്ടതുമാണല്ലോ? അതിനെ ഇല്ലായ്മ ചെയ്യുന്നത് ദു:ഖകരവുമാണ്. ഇവൻ കുട്ടിയല്ലേ? എന്തെങ്കിലും കുരുത്തക്കേട് കാണിച്ചുകൂടെന്നില്ലല്ലോ! അതുകൊണ്ട് ഞാൻ പറഞ്ഞു:

കുട്ടി ഇനി അങ്ങോട്ടുപോകണ്ട. മുട്ടകൾ തിന്നാൻ പാമ്പുവരും.

ഞാൻ അവനോടൊപ്പം കൂടിനടുത്തേക്ക് ചെല്ലുമെന്നോ മറ്റോ കരുതിയിട്ടാവണം പെട്ടെന്ന് അവന്റെ മുഖത്ത് ഒരു നിരാശ പടരുന്നത് ഞാൻ കണ്ടു. എന്നാൽ അത് കണക്കിലെടുക്കാതെ തന്നെ ഞാൻ പറഞ്ഞു:

കുട്ടി വീട്ടിലേക്കു പൊയ്ക്കോളൂ. മുട്ടവിരിയുമ്പോൾ കുഞ്ഞിനെ എടുക്കാം.

പിന്നെ ഒരു നിമിഷം കൂടി നിന്നിട്ട് അവൻ മടങ്ങി.

എന്റെ എല്ലാ ദിവസങ്ങളും വിരസങ്ങളായിരുന്നു. എന്നാൽ ഒരിക്കലും തോന്നാത്ത ഒരു വിരസത, അസ്വസ്ഥത, മടുപ്പ് അപ്പോൾ മുതൽ തന്നെ എന്നെ വേട്ടയാടുവാൻ തുടങ്ങി. അതിന്റെ കടുത്ത സമ്മർദ്ദത്തിൽ എനിക്ക് ശ്വാസംമുട്ടി. അമ്മ തയ്യാറാക്കി വച്ചിട്ടു പോയ തണുത്ത കട്ടൻചായയോ മറ്റ് ആഹാര സാധനങ്ങളോ ഒന്നും ഞാൻ കഴിച്ചില്ല. എന്നും മറിച്ച് നോക്കാറുള്ള ആനുകാലികങ്ങളോ പി.എസ്.സി ഗൈഡുകളോ ഒന്നും ഞാൻ തുറന്നു നോക്കുകകൂടിയുണ്ടായില്ല. അനങ്ങിയാൽ കരയുന്ന എന്റെ കട്ടിലിൽ, ആകാശം കാണാവുന്ന മേൽക്കൂരയിൽ നോക്കി, പുകപിടിച്ച പുൽതുമ്പുകളിൽ നോക്കി, ചിലന്തിവലകളിൽ നോക്കി, ഇരുൾച്ചിറകുകളിൽ നോക്കി ഞാൻ കിടന്നു.

പ്രൈമറി സ്കൂളിലെ കൊച്ചുകുട്ടികൾ കുന്നിറങ്ങി വരുന്ന ശബ്ദം കേട്ട് ഒരുറക്കത്തിൽ നിന്നെന്നവണ്ണം ഞാൻ ഞെട്ടിയുണർന്നു. സമയം സായാഹ്നമായെന്നും ഇനി അധികം വൈകാതെ അമ്മ പണി കഴിഞ്ഞെത്തുമെന്നും എനിക്കുറപ്പായി.

പിന്നെ ഒരു നിമിഷവും വൈകിയില്ല. മാന്ത്രിക

ശക്തിയാലെന്നപോലെ ഞാൻ കുന്നിൻ മുകളിലേക്കു നടന്നു. എന്റെ പാദപതനം കേട്ട് ഒരു പക്ഷി പറന്നുപോയി. അത് തള്ളപ്പക്ഷി ആയിരുന്നിരിക്കണം അല്ലെങ്കിൽ തന്ത. ഞാൻ കൂടു പരിശോധിച്ചു: രണ്ടു മുട്ടകൾ

ധ്യാനനിരതമായ ഒരു നിമിഷം:

ഇനി ഏതാനും ദിവസങ്ങൾക്കകം മുട്ടകൾ വിരിയും. തൂവലുകൾ മുളയ്ക്കും. പറക്കാൻ പ്രായമാകും. അന്ന് തള്ള കുഞ്ഞിനോട് പറയും:

ഇനി നീയായി നിന്റെ പാടായി

കേൾക്കാത്ത താമസം. കുഞ്ഞ് വിശാലമായ ആകാശത്തേക്ക് പറന്നുയരും. സ്വന്തമായി ഇരതേടും. ഇണയെ തേടും. പുതിയ തലമുറകളെ സൃഷ്ടിക്കും.

പക്ഷേ ഞാൻ...?

എന്നിൽ കടലിരമ്പി. കാറ്റലറി. മേഘസ്ഫോടനങ്ങൾ. പിന്നെ ഒരു നിമിഷംപോലും വൈകിയില്ല. കുന്നിറങ്ങി, പാടം കടന്ന്, ഇടവഴിയിലൂടെ ഞാൻ നടന്നു.

ഇരുളിൽ അലിയാൻ കൊതിച്ച പെൺകുട്ടി

അവസാനം പന്ത്രണ്ടു തികയാത്ത ആ പാവാടക്കാരി വീട്ടിൽ നിത്യസന്ദർശകനായ, അയൽവീട്ടിലെ അരുമയായ, കൊഴുത്ത, പൂച്ചക്കുട്ടിക്കുവേണ്ടി സ്വന്തം കിടപ്പുമുറിയുടെ പുറംവാതിൽ മലർക്കെ തുറന്നുകൊടുത്തു. വീട് പൂർണ്ണമായും ഇരുളിൽ മുങ്ങുകയും ശബ്ദങ്ങൾ നേർത്ത് ഇല്ലാതാവുകയും ചെയ്യുന്ന മുഹൂർത്തം നോക്കി എല്ലാ രാവുകളിലും ഒച്ചയുണ്ടാക്കാതെ പൂച്ചക്കുട്ടി കടന്നുവരികയും വിശപ്പു തീരുവോളം മോഷ്ടിക്കുകയും അവളുടെ തിരുമാറിൽ മുഖം പൂഴ്ത്തി സുഖമായി ഉറങ്ങുകയും പുലരുന്നതിനു മുമ്പേ പുറം വാതിലിൽ കൂടിതന്നെ കടന്നു പോകുകയും ചെയ്തു.

കഴിഞ്ഞുപോകുന്ന ഓരോ രാവുകളും ഓരോ പുതിയ അനുഭവങ്ങളായി, അനുഭൂതികളായി പെൺകുട്ടിയുടെ മനസ്സിൽ നിറഞ്ഞുനിൽക്കും. അതിന്റെ ലഹരിയിൽ പകലിന്റെ വിരസതയെ, വന്ധ്യതയെ, ശപ്തമായ എകാന്തതയെ കിനാവുപോലെ മറന്നുകളയാം. ഒരു രാത്രി സമ്മാനിക്കുന്ന മധുരമായ ഓർമ്മകൾ അടുത്ത ഒരു പകലിനുശേഷം വിസ്മൃതി തേടാതെ തരമില്ല. കാരണം അപ്പോഴേക്കും പുതിയ മറ്റൊരു രാത്രിയുടെ താളാത്മകമായ അരങ്ങേറ്റം ആരംഭിക്കുകയായി.

അങ്ങനെയുള്ള അനേകം രാത്രികൾക്കുശേഷമുള്ള ഒരു രാത്രിയിൽ, തികച്ചും അപ്രതീക്ഷിതമായി മകളുടെ മുറിയിലേക്കു കടന്നുവന്ന അമ്മ മകളുടെ മുറിയിൽ, മകളുടെ കിടക്കയിൽ, പൂച്ചക്കുട്ടിയെ കണ്ടു നടുങ്ങി. അമ്മയെ കണ്ട മാത്രയിൽ തന്നെ ഒരു പോൾവാൾട്ട് വിദഗ്ധനെപോലെ പുറം വാതിലിൽക്കൂടിത്തന്നെ പൂച്ചക്കുട്ടി ചാടി. പൂച്ചക്കുട്ടി പോയിട്ടും ഏറെനേരം കഴിഞ്ഞിട്ടും ആദ്യ നടുക്കത്തിൽ നിന്നുപോലും മോചിതയാവാൻ ആ അമ്മയ്ക്കു കഴിഞ്ഞില്ല. അമ്മയുടെ മനസുവായിക്കാൻ കഴിഞ്ഞ മകൾ നടുക്കത്തിന്റെ

കാഠിന്യം കുറക്കാനായി അടുത്തുചെന്ന് കൊഞ്ചിക്കൊണ്ടു പറഞ്ഞു:

എനിക്കിഷ്ടായിട്ടാണ്.

അമ്മ ചോദിച്ചു:

അത് കള്ളൻ പൂച്ചയല്ലേ? കക്കാൻ വരുന്നതല്ലേ?

അല്ല എന്നോട് ഇഷ്ടമുണ്ടായിട്ടുതന്നെയാണ്.

അമ്മ പിന്നീടൊന്നും പറയുകയുണ്ടായില്ല. മകളുടെ ഇഷ്ടം അതാണെങ്കിൽ ആയിക്കോട്ടെ എന്ന് തോന്നിയെങ്കിലും ഇപ്പോഴേ ഇതൊക്കെ വേണോ എന്ന ഭയമായിരുന്നു അവർക്ക്. അതെന്തെങ്കിലും കുസൃതി കാണിക്കില്ലാന്ന ആരറിഞ്ഞു? കുട്ടിപ്പൂച്ചയാണെന്നു കരുതി നഖമില്ലാതെ വരുമോ? നഖത്തിന്മേൽ വിഷമില്ലാതാവ്വോ?

വാതിലിനോളം ചെന്ന് തിരിഞ്ഞ് നിന്നിട്ട് അമ്മ പറഞ്ഞു:

എന്നാലും നീ സൂക്ഷിച്ചോണം. പൂച്ചക്ക് നഖമുണ്ട്.

മകളൊന്നും പറഞ്ഞില്ല. ഇന്നിനി പൂച്ചക്കുട്ടി വരില്ലല്ലോ എന്ന ദുഃഖമായിരുന്നു അവൾക്ക്.

തുടർന്ന് രണ്ടു ദിവസത്തേക്ക് പൂച്ചക്കുട്ടി വന്നില്ല. അമ്മയെ ഭയന്നിട്ടാണല്ലോ എന്നോർത്തപ്പോൾ പെൺകുട്ടിക്കു ചിരിവന്നു. പാവം പൂച്ചക്കുട്ടി.

മൂന്നാമത്തെ പ്രഭാതത്തിൽ കുളിച്ച് ഈറൻ മാറാതെ അമ്പലത്തിലേയ്ക്ക് നടക്കവേ ഇടവഴിയിൽ വച്ച് പൂച്ചക്കുട്ടിയെ അവൾ കണ്ടു. അറച്ചു നിന്ന അവനെ അരികിലേയ്ക്ക് വിളിച്ച് മെല്ലെ തലോടി അന്നനയിപ്പിച്ച ഭയം പൂർണ്ണമായും മാറ്റിക്കൊടുത്തു. അങ്ങനെപൂച്ചക്കുട്ടി വീണ്ടും വരാൻ തുടങ്ങി.

ഒരു സായാഹ്നത്തിൽ കുളിമുറിയിലെ ഷവർ ചുരത്തിയ നൂൽമഴയുടെ ആലിംഗനത്തിൽ, നിർവൃതിയിൽ, ഉടനെപിറന്ന കുട്ടിയെപ്പോലെ നിന്ന പെൺകുട്ടിയുടെ അടിവയറിന്മേലെ തടിപ്പും നിറഭേദവും നഖക്ഷതങ്ങളുടെ പാടും ഒരു നടുക്കത്തോടെ അമ്മ കണ്ടുപിടിച്ചു. അതൊരു രഹസ്യമായിരുന്നു.

എന്റീശ്വരാ

പെൺകുട്ടിക്ക് ഒന്നും മനസ്സിലായില്ല. ഒന്നുമറിയാതെ ഒരു ഭാവഭേദവുമില്ലാതെ നിൽക്കുന്ന മകളുടെ നിശബ്ദത, നിർവ്വികാരത, ആ അമ്മയെ ഇളുതപ്പെടുത്തവേ ആദ്യം നഖക്ഷതങ്ങളുടെ അർത്ഥവും രഹസ്യത്തിന്റെ പൊരുളും അമ്മ പറഞ്ഞുകൊടുത്തു.

എന്നിട്ടും അവൾ നടുങ്ങിയില്ല.

അടുത്ത രാത്രിയിൽ പതിവുപോലെ കടന്നു വന്ന പൂച്ചക്കുട്ടിക്കു അവളെല്ലാം വിവരിച്ചു കൊടുത്തു. എന്നിട്ട് തമാശയായി ചോദിച്ചു. നിന്റെ നഖത്തിന് വിഷമുണ്ടോ?

അവളെ മോഷ്ടിക്കുവാനുള്ള അമിതമായ ആസക്തിയിൽ അവളുടെ തിരുമാറിൽ മുഖം പൂഴ്ത്തുവാനുള്ള തിരക്കിൽ അവനൊന്നും കേട്ടില്ല. അവൾ വീണ്ടും വീണ്ടും ആ ചോദ്യം തന്നെ ആവർത്തിച്ചു. പിന്നെ എല്ലാം കാട്ടിക്കൊടുക്കുകയും ചെയ്തു. എന്നാൽ ഇരുളിൽ അവന്റെ നടുക്കം അവൾ കാണുകയുണ്ടായില്ല.

പതിവിലും നേരത്തെ അവളെ ഉണർത്താതെ തന്നെ അവൻപോയി. അതവൾക്കിഷ്ടമായില്ലെങ്കിലും ക്ഷമിച്ചു. അടുത്ത രാത്രിയിൽ ചോദിച്ചു കളാമെന്നു കരുതി സമാധാനിച്ചു.

നിർഭാഗ്യം. അടുത്ത രാത്രിയിൽ പൂച്ചക്കുട്ടി വരികയുണ്ടായില്ല. അതിനടുത്ത രാത്രിയിലും വന്നില്ല. പിന്നെ ഒരു രാത്രിയും വന്നില്ല.

ഇടവഴിയിലും പുഴക്കരയിലും മാവിൻ ചുവട്ടിലുമെല്ലാം പെൺക്കുട്ടി പൂച്ചക്കുട്ടിയെ തിരഞ്ഞു. കണ്ടില്ല. ഏതു കാരണത്തിന്മേലാണ് അവൻ വരാതെയിരിക്കുന്നതെന്ന് എത്ര ആലോചിച്ചിട്ടും പെൺകുട്ടിക്കു മനസ്സിലായില്ല. അവസാനം അവൾ പൂച്ചക്കുട്ടിയുടെ വീട്ടിലെത്തി. പൂച്ചക്കുട്ടി അവിടെയും ഉണ്ടായിരുന്നില്ല.

പടിഞ്ഞാറ് അസ്തമയം നോക്കി നില്ക്കാറുള്ള അമ്മയെന്ന ശവത്തോട് അവൾ പലപ്രാവശ്യം ചോദിച്ചു:

എന്റെ പൂച്ചക്കുട്ടി എവിടെ?

അമ്മയുടെ ഉത്തരം മകൾക്ക് അപഗ്രഥിക്കാനാവാത്ത ഒരുതരം മൗനമായിരുന്നു.

അവൾ ആകാശത്തോടും നിലാവിനോടും പൂക്കളോടും ശലഭങ്ങ ളോടും ചോദിച്ചു:

എന്റെ പൂച്ചക്കുട്ടിയെവിടെ?

ഒടുവിൽ ഒരു മുത്തശ്ശി അവൾക്കെല്ലാം പറഞ്ഞുകൊടുത്തു:

പൂച്ചക്കുട്ടി പോയി. എവിടെയോപോയി.

ഇനി വരില്ലേ?

ആർക്കറിയാം.

മുത്തശ്ശി പാത മുറിച്ച് നടന്നുപോയി. അവൾ ശ്രദ്ധിച്ചു. പൂച്ചക്കുട്ടി യുടെ വീട്ടുപടിയും കടന്ന് അവർ അപ്രത്യക്ഷമായപ്പോൾ പെൺക്കുട്ടി വീട്ടിലേക്കു നടന്നു. പിന്നെ സ്വന്തം മുറിയിലേയ്ക്ക്. ഒരു പകൽ മുഴുവൻ ഒരേ ഇരുപ്പിൽ അവളിരുന്നു. പെട്ടെന്ന് അവളുടെ മനസ് വളർന്നു.

അവസാനം താൻ മോഷ്ടിക്കപ്പെട്ടിരിക്കുന്നു എന്ന ബോധം ഉണ്ടായപ്പോൾ ജീവിതത്തിലാദ്യമായി പെൺകുട്ടിക്ക് കരച്ചിൽ വന്നു. പിന്നെ നിരാശ. അവസാനം ഒരുതരം മരവിപ്പും.

ജനാലയിലൂടെ അകത്തേക്കു നോക്കി ഏറെ നേരം നിന്ന പെൺകുട്ടി മലമുകളിൽ നിന്നും മഞ്ഞും മഞ്ഞിനു പുറകേ ഇരുട്ടും നീന്തി വരുന്നതു കാണവേ ഒരു തീരുമാനത്തിലെത്തിയപോലെ ശബ്ദമില്ലാതെ ചിരിച്ചു. പിന്നെ ഉടനെ ജീവൻ വച്ച ഒരു ശവംപോലെ മെല്ലെ നടന്നുചെന്ന് മുറിയുടെ പുറംവാതിൽ ആദ്യം അടച്ചു. പിന്നെ ജനാല. ഒടുവിൽ അമ്മ കടന്നുവരാറുള്ള വാതിലും അവശേഷിച്ച ഏതാനും സുഷിരങ്ങളുംകൂടി അടച്ച് വെളിച്ചത്തെ പൂർണ്ണമായും നാടുകടത്തിയ ശേഷം കട്ടിലിൽ കമഴ്ന്നു കിടന്ന്, കണ്ണുകളടച്ച് ഇരുട്ടിനോടായി യാചിച്ചു:

അമ്മ എന്നെ രക്ഷപ്പെടുത്തുവാൻ വേണ്ടിയുള്ള ശ്രമത്തിലാണ്. അതുവേണ്ട. എനിക്ക് രക്ഷപ്പെടേണ്ട. അതിനുമുമ്പേ, ഈ രാത്രി അവസാനിക്കും മുമ്പേ നിന്നിൽ അലിഞ്ഞു ചേർന്ന് എനിക്കില്ലാതാവണം. എത്രയും വേഗം എനിക്കൊരു മാർഗ്ഗം ഉപദേശിച്ചു തരൂ. എനിക്കിനി അഭയം നീയാണ്. നീമാത്രം.

പോസ്റ്റുമോർട്ടം

പ്രാഥമിക ആരോഗ്യ കേന്ദ്രത്തിന്റെ പുറകുവശത്തെ മുറ്റം. മറയായി ചുറ്റിലും കുറ്റിക്കാടുകൾ മാത്രം. ഡാമിൽനിന്നു കിട്ടിയ യുവതിയുടെ അജ്ഞാത ജഡം പടുതയിൽ പൊതിഞ്ഞ് മുറ്റത്ത് കിടത്തിയിരിക്കുന്നു. കുറ്റിക്കാടിന്റെ മറവിൽ പതിവിലേറെ ആൾക്കൂട്ടം.

പോസ്റ്റുമാർട്ടം ആരംഭിക്കുകയായി.

പെട്ടെന്നാണ് അതു സംഭവിച്ചത്. പടുതയിൽ പൊതിഞ്ഞ ജഡം പൊടുന്നനെ ചാടി എണീറ്റ് ഇപ്രകാരം ആക്രോശിച്ചു:.

ഒന്നുമില്ലെങ്കിൽ എന്റയീ കീറിയ ചേല പറിച്ചെങ്കിലും ഒരു മറ കെട്ട് കാലമാടന്മാരെ.

ആശുപത്രി ജീവനക്കാർ ഒരു നിമിഷം നടുങ്ങിത്തെറിച്ച് തുറിച്ച് നോക്കി നിൽക്കവേ, ഒന്നും സംഭവിക്കാത്തപോലെ ആ ജഡം പഴയതുപോലെ പടുതക്കുള്ളിൽ പ്രവേശിച്ച് നീണ്ടു നിവർന്ന് കിടന്നു കൊടുക്കുകയായിരുന്നു.

വിചിത്ര ജീവികൾ

സൗകര്യംപോലെ നീട്ടാനും വലിക്കാനും കഴിയുന്ന ഒരു വാലും തലയുമായിരുന്നു എന്നും എന്റെ നിലനിൽപ്പിനാധാരം.

താഴ്‌വരയിൽ വാലുള്ളവർക്കു 'ഭൂരിപക്ഷമായിരുന്നതിനാൽ ഞാനെന്റെ വാലുകാട്ടി അവരോടൊപ്പം നിന്നു. മലമുകളിലാവട്ടെ തലയുള്ളവർ കൂടുതലായിരുന്നതിനാൽ എന്റെ തലകാട്ടി അവരോടൊപ്പം നിൽക്കുന്നതിനും എനിക്കു ബുദ്ധിമുട്ടുണ്ടായില്ല. അങ്ങനെ മലയിലും താഴ്‌വരയിലും ഒരു പോലെ ഞാൻ സ്വീകാര്യനായി. എന്റെ താല്പര്യങ്ങൾ പുഷ്ടിപ്പെട്ടു വരികയും ചെയ്തു.

എന്നാൽ കുന്നുകൾ വെട്ടിനിരത്തി, കുഴികളെല്ലാം നിരത്തി, സമതലം സൃഷ്ടിക്കുവാനുള്ള ചരിത്ര ദൗത്യത്തിൽ മലയിലുള്ളവരും താഴ്‌വരക്കാരും ഒരുമിച്ചു കൂടിയപ്പോഴാണ് ഞാനാകെ കുഴപ്പത്തിലായത്. അതാകട്ടെ വാലും തലയും ഒരേസമയം ഒരുപോലെ പ്രദർശിപ്പിക്കുവാനുള്ള വിദ്യ എത്രതന്നെ ശ്രമിച്ചിട്ടും കരഗതമാകാതിരുന്നതുകൊണ്ടുമാത്രം.

ഫലം, അവരെന്നെ തിരിച്ചറിയുകതന്നെയായിരുന്നു. പിന്നെ ഒരു വിട്ടുവീഴ്ച്ചയും ഉണ്ടായില്ല. നിഘണ്ടുവിലില്ലാത്ത പദാവലികളും നാട്ടുപാതയിലെ ഉരുളൻകല്ലുകളും കൊണ്ട് അവരെന്നെ തുരുതുരാ എറിഞ്ഞ് വീഴ്ത്തി എന്നുമാത്രമല്ല, പരിഷ്കൃത മനുഷ്യർ ചെയ്യാറുള്ളതുപോലെ എനിക്കു പാർക്കാൻ ഒരു കണ്ണാടിപ്പെട്ടിയോ ഇരുമ്പുകൂടോപോലും തന്നില്ല എന്നതാണ് ഏറെ ദയനീയം.

കുറ്റവും ശിക്ഷയും

അവൻ, ചരാചരഹൃദയം തുറക്കുന്ന സ്വർണ്ണതാക്കോലിന്റെ ഉടമ, നാദഗന്ധർവ്വൻ, നാട്ടുവാഴിയുടെ മകളുടെ പ്രണയവലയിൽ കുരുങ്ങിയില്ല എന്ന വളരെ ചെറിയ ഒരു തെറ്റേ ചെയ്തിരുന്നുള്ളൂ. അതിനു കിട്ടിയ ശിക്ഷയാവട്ടെ വളരെ വലുതും.

നിയമപാലകരാൽ വേട്ടയാടപ്പെട്ട്, ചങ്ങലകളാൽ ബന്ധിക്കപ്പെട്ട്, കുന്തമുനകളാൽ നോവിക്കപ്പെട്ട്, ചാട്ടവാറുകളാൽ ഭേദിക്കപ്പെട്ട്, ജനപഥങ്ങൾ തിങ്ങിക്കൂടിയ തെരുവീഥികളിലൂടെ കാനനമദ്ധ്യത്തിലേക്ക് അവൻ ആനയിക്കപ്പെട്ടു. അവിടെ അടുത്തുനിന്ന രണ്ട് ചെറുമരങ്ങളുടെ മണ്ടകൾ അതിശക്തിയുപയോഗിച്ച് കൂട്ടിക്കെട്ടി. അതിനുതാഴെ ഇരുമരങ്ങളിലുമായി അവന്റെ കാലുകൾ അകത്തിവച്ച് വരിഞ്ഞു മുറുക്കി നിർത്തി.

ജനപഥത്തിനോ, മരങ്ങൾക്കോ മറ്റു ജീവജാലങ്ങൾക്കോ കണ്ടു നില്ക്കാനാവാത്ത അതിദാരുണമായ ഒരു ദൃശ്യമാണ് പിന്നീട് അരങ്ങേറിയത്.

ഒരു കല്പന. മരങ്ങളുടെ മണ്ടകൾ കൂട്ടിക്കെട്ടിയ കുടുക്ക് പൊട്ടിമാറുന്നു.

മരങ്ങൾ അകലുന്നു. പാള കീറും പോലെ ഒരു വലിയ ശബ്ദം. ചോരയുടെ പ്രളയം.

മനുഷ്യരുടെയും മരങ്ങളുടേയും സകല ചരാചരങ്ങളുടേയും കണ്ണുകൾ അവരറിയാതെ അടഞ്ഞുപോകുന്നു.

ഷിമ്മിക്കൂട്ടുകളുടെ സംഘനൃത്തം

കുല വിരിയാത്ത തെങ്ങുകൾ. ഇല വിരിയാത്ത വാഴക്കൂട്ടങ്ങൾ. കുന്നുകൂടികിടക്കുന്ന ചപ്പുചവറുകൾ. എല്ലാം ഞാനിന്നു തകർക്കും. കഠിനമായ എന്റെ അദ്ധ്വാനത്തിന്റെ ആഘാതത്തിൽ ഇല വിരിയാത്ത ഈ നരച്ച വാഴക്കൂട്ടങ്ങൾ ഒന്നൊന്നായി നിലംപൊത്തും. മണ്ട അടഞ്ഞുപോയ തെങ്ങുകൾ കടപുഴകി വീഴും. കുന്നുകൂടിക്കിടക്കുന്ന ചപ്പുചവറുകൾ ഒരു കൊടുങ്കാറ്റിലെന്നപോലെ പറന്നുപോകും.

നീ...

അന്തിയുറങ്ങുക എന്ന ഒരു ദൗത്യം മാത്രം നിർവ്വഹിക്കുന്ന നീ.... മുളയ്ക്കുന്നതിനെയെല്ലാം മുരടിപ്പിച്ചു നിർത്തുന്ന നീ...

നീയെനിക്കിപ്പോൾ ഒന്നും തിരിച്ചു തരുന്നില്ല. ചമ്മന്തിയരച്ചു കൂട്ടാൻ ഒരു കാന്താരിപോലും. തിരുവോണനാളിൽ ചോറുവിളമ്പി യുണ്ണാൻ ഒരു ഇലപോലും. ഇല്ല. ഇതിനി അനുവദിച്ചുകൂടാ.

ഗ്രാമസഭയിൽ നിന്നും വീണുകിട്ടിയ പുതിയ ആശയത്തിന്റെ ആവേശത്തിൽ എല്ലാം മറന്ന് കൊച്ചുരാമൻ ആഞ്ഞുവെട്ടി. പടവെട്ടി നേടിയ പത്തുസെന്റിന്റെ നെറുകയിൽ, ശാപമോക്ഷം കാത്തുകിടക്കുന്ന ആ കറുത്ത മണ്ണിന്റെ വിരിമാറിൽ.

അത്ഭുതം

ഒരു ദുശ്ശകുനംപോലെ ആദ്യത്തെ വെട്ടുതന്നെ പിഴച്ചിരിക്കുന്നു. തൂമ്പയിലേയ്ക്ക് ആഴ്ന്നിറങ്ങുന്നതിനു പകരം അതു തെറിച്ചുപോയിരിക്കുന്നു. തൂമ്പ മണ്ണിലേയ്ക്ക് ആഴ്ന്നിറങ്ങുന്നത് ഒരു സുഖമുള്ള അനുഭവമാണ്. വീണ്ടും വീണ്ടും വെട്ടാൻ തോന്നും. നനവുള്ള മണ്ണാണെങ്കിൽ ധാരാളം മണ്ണിരകളെയും കാണാം. അവ ഉൾവലിയുന്നതു കാണാനും നല്ല രസമുണ്ട്. പക്ഷേ ഇവിടെ ഇതൊന്നും സംഭവിക്കുന്നില്ല. പകരം

എല്ലാവെട്ടുകളും പിഴയ്ക്കുകയാണ്. പാഴാകുകയാണ്. മൂർച്ചയുള്ള തൂമ്പ ആഴ്ന്നിറങ്ങുമ്പോൾ ഒരു കന്യകയുടെ ആദ്യരാത്രിപോലെ എല്ലാ നൊമ്പരങ്ങളുമടക്കി അതേറ്റു വാങ്ങേണ്ട ഈ കറുത്ത മണ്ണിനെന്തു പറ്റി? പിണക്കമാണോ? പ്രതിഷേധമാണോ?

വെട്ടുകൾ വീണ്ടും വീണ്ടും പിഴയ്ക്കവേ വിശദമായ ഒരു പരിശോധനയ്ക്ക് കൊച്ചുരാമൻ നിർബന്ധിതനായി. മണ്ണിൽ പുതഞ്ഞുകിടക്കുന്ന ഒരു പ്ലാസ്റ്റിക് ചാക്ക് . വെട്ടു മുഴുവൻ അതിൻമേലായിരുന്നു. അരിശത്തോടെ അതു വലിച്ചെറിഞ്ഞിട്ട് കൊച്ചുരാമൻ വീണ്ടും വെട്ടി. പിന്നെയും തടസ്സങ്ങൾ.

പഴയ ഹവായ് ചെരുപ്പുകൾ.

ടൂത്ത് ബ്രഷിന്റെ തുണ്ടുകൾ.

പ്ലാസ്റ്റിക് ബക്കറ്റുകളുടെ അവശിഷ്ടങ്ങൾ

പോളിസ്റ്റർ തുണിയുടെ തുണ്ടുകൾ.

പ്ലാസ്റ്റിക് കുപ്പികൾ

ഷിമ്മിക്കൂടുകൾ.

പക്ഷേ കൊച്ചുരാമൻ തളർന്നില്ല. വിശ്രമിച്ചില്ല. ആഹാരംപോലും കഴിച്ചില്ല. മണ്ണിനെമാറ്റിമറിക്കുവാനുള്ള കഠിനമായ യത്നത്തിൽ, ആവേശത്തിൽ മറ്റെന്തും കൊച്ചുരാമൻ മറന്നു കഴിഞ്ഞിരുന്നു. ആഞ്ഞുവെട്ടിയും അവശിഷ്ടങ്ങൾ പെറുക്കിക്കൂട്ടിയും ഇടക്കിടെ കുഞ്ഞുലക്ഷ്മിയെ വിളിച്ചു തെറിപറഞ്ഞും കുട്ടികളെ പിരാകിയും തന്റെ ദൗത്യം തുടർന്നു കൊണ്ടേയിരുന്നു. അവയിൽ ഏറെയും ഷിമ്മിക്കൂടുകളായിരുന്നു. അവയ്ക്ക് അവസാനമേ ഉണ്ടായിരുന്നില്ല.

ഉച്ചച്ചൂടിൽ ഉരുകി, വിയർത്ത്, തളർന്ന്, കൊച്ചുരാമൻ തന്റെ ദൗത്യം തുടരവേ, വളരെ പെട്ടെന്നാണ് അത് സംഭവിച്ചത്.

ജ്വലിച്ചു നിന്ന സൂര്യനുമേൽ കറുത്തമേഘം വന്നുമൂടി. ഒരു ഗ്രഹണസമയത്തെപോലെ അന്തരീക്ഷമാകെ കറുത്തിരുണ്ടു. നഗരവീഥികൾ ചുരത്തിയെറിഞ്ഞ ഒരു ഉഷ്ണക്കാറ്റ് പാടം കടന്ന് താഴ്‌വര താണ്ടി, കുന്നുകയറി, അവിടേക്കുവന്നു. കാറ്റിനോടൊപ്പം കറുത്തപുകയും പൊടിപടലങ്ങളും അനേകം ഷിമ്മിക്കൂടുകളും പറന്നുവന്നു. കറുപ്പും വെളുപ്പും ചുവപ്പും നീലയും പച്ചയും മഞ്ഞയും നിറത്തിലുള്ള അനേകം കൂടുകൾ. അവ തുമ്പികളെപ്പോലെ കൊച്ചുരാമനുചുറ്റും പാറി നടന്നു. പൊടുന്നനെ കൊച്ചുരാമൻ പെറുക്കിക്കൂട്ടിയിരുന്ന കൂടുകൾക്കും ജീവൻ വച്ചു തുടങ്ങി. അവ ഓരോന്നായി മെല്ലെ അന്തരീക്ഷത്തിലേക്കുയർന്നു. പിന്നെ കാറ്റിൽ നഗരത്തിൽ നിന്നു പറന്നുവന്ന കൂടുകളുമായി

ചേർന്ന് നൃത്തം ചെയ്യാനാരംഭിച്ചു.

കൊച്ചുരാമന് വല്ലാത്ത അരിശം തോന്നി. ഒരിടത്തു പെറുക്കിക്കൂട്ടിയ കൂടുകളാണ്. അതിപ്പോൾ പറന്നുയരുന്നു. തനിക്കുചുറ്റും നൃത്തം ചെയ്യുന്നു. ഉമ്പ വലിച്ചെറിഞ്ഞിട്ട് കൊച്ചുരാമൻ കൂടുകളുടെ പിന്നാലെ പാഞ്ഞു. പക്ഷേ ഒരു കൂടും കൊച്ചുരാമനു പിടികൊടുത്തില്ല. ദൂരേക്ക് പറന്നുപോയി മാഞ്ഞുമില്ല. പകരം ഒരു സംഘം മരീചൻമാരെപ്പോലെ അടുത്തും അകന്നും എന്നാൽ കൊച്ചുരാമനു പിടികൊടുക്കാതെയും തുള്ളിക്കളിച്ചുകൊണ്ടിരുന്നു.

കൂടുകൾക്കുപിന്നാലെ ഒരു കൊച്ചുകുട്ടിയെപ്പോലെ കൊച്ചുരാമൻ പാഞ്ഞുനടന്നു. ഓടിയും ചാടിയും മറിഞ്ഞും വീണും അവസാനം കൊച്ചുരാമൻ തളർന്നു. പിന്നെ പാറി നടക്കുന്ന കൂടുകൾക്കുതാഴെ, താൻ വെട്ടിനിരത്തിയ കറുത്ത മണ്ണിൽ, ചിറകൊടിഞ്ഞ ഒരു ശലഭത്തെപ്പോലെ വീണുകിടന്ന് കൊച്ചുരാമൻ കിതച്ചു.

ആടിത്തളർന്ന കൂടുകൾ വേനൽക്കാല ഇലകൾപോലെ കൊച്ചുരാമനുമേൽ പതിച്ചുകൊണ്ടിരുന്നു. അതിന്റെ എണ്ണം വർദ്ധിക്കവേ, ആദ്യം കൊച്ചുരാമനും, പിന്നെ കൊച്ചുരാമന്റെ വീടും അവസാനം ആ പത്തുസെന്റും കൂടുകൾ കൊണ്ടുമൂടി.

കാറ്റ് അവസാനിക്കുന്നില്ല.

കൂടുകളുടെ വരവ് നിലയ്ക്കുന്നുമില്ല.

ഭാരം

നവോത്ഥാനചിന്തകൾ പങ്കുവയ്ക്കപ്പെട്ട സദസ്സിലായിരുന്നു പകൽ മുഴുവൻ. തിരിച്ചെത്തിയപ്പോൾ ഏറെ വൈകി. ഭാര്യ കതകു തുറക്കുന്നതിനായി കാത്തുനില്ക്കുന്നതിനിടയിലാണ് പെട്ടെന്ന് അത് കണ്ണിലുടക്കിയത്. വാതിൽപ്പടിയിൽ ഒരു ഡോർസ്ലിപ്പ്:

ഈ വീടിന്റെ ഐശ്വര്യം...

മനസ്സൊന്നിളകി. വല്ലാത്ത ഒരു കമ്പനം. ഡോർസ്ലിപ്പിൽ തന്നെ നോക്കിനില്ക്കുന്നതുകണ്ട് ഭാര്യപറഞ്ഞു:

ഇവിടെ ഇതൊന്നും ഇഷ്ടമല്ലെന്നും, വയ്ക്കേണ്ടതില്ലെന്നും ഞാൻ പറഞ്ഞതാ. കേട്ടില്ല. അവർതന്നെ ആണിയടിച്ച് പിടിപ്പിച്ചിട്ടു പോയി.

അല്ലെങ്കിലും ഭാര്യയുടെ സമ്മതത്തോടെയല്ല അതെന്നു ഉറപ്പായിരുന്നു. ഒരുമിച്ചകാലം മുതൽ ഒത്തുപോകാൻ അവർക്കു കഴിഞ്ഞിരുന്നല്ലോ? അതുകൊണ്ട് പിന്നീടൊന്നും ചോദിക്കുകയുണ്ടായില്ല.

താനെന്താണെന്ന് ഇതിനകം തന്നെ ജീവിച്ചുകാണിച്ചിട്ടുള്ളതാണ്. തന്റെ ബോധ്യങ്ങളാണ് തന്നെ നയിക്കുന്നതെന്നും അവർക്കറിയാം. എന്നിട്ടും.? നമ്മുടെ ഇച്ഛകൾ നമ്മളല്ല തീരുമാനിക്കപ്പെടുകയെന്നും മറ്റാരുടെയൊക്കെയോ ഇച്ഛകൾ നമ്മുടെ മേൽ അടിച്ചേല്പിക്കപ്പെടുകയാണ് ചെയ്യുന്നതെന്നും എവിടെയോ വായിച്ചതാണ്, പിന്നെ പെട്ടെന്ന് ഓർമ്മിച്ചത്. ഒരു മനസ്സു കലങ്ങാൻ, ശാന്തി തകരുവാൻ ഒരു നിമിഷംപോലും വേണ്ടല്ലോ എന്നോർത്ത് ദുഃഖിക്കുകയും ചെയ്തു.

ഗുരു ചിന്തകൾ ഒരിക്കലും തനിക്കന്യമല്ല. അതെന്നും ഹൃദയത്തോടുതന്നെ ചേർത്തുപിടിച്ചിരുന്നു. തന്നെ താനാക്കി മാറ്റിയതിൽ അതിനൊരു പങ്കുമുണ്ട്. എന്നാൽ അതു മാത്രമാണോ? ജീവിതത്തെ

സ്വാധീനിച്ച എത്രയോ ആളുകൾ, ആശയങ്ങൾ? അല്ലെങ്കിലും ഇത്തരം അടയാളപ്പെടുത്തലുകൾക്ക് എതിരായിരുന്നല്ലോ എന്നും. മറ്റൊരു തരത്തിലുള്ള പരിമിതപ്പെടലാണത്.

ഈ ദിവസം എന്നത്തെയും പോലെയുള്ള ഒരു ദിവസമായില്ലല്ലോ എന്നോർത്ത് ഖിന്നനായി. പതിവുകൾപലതും തെറ്റി. രുചിയോടെ ഭക്ഷണം കഴിക്കാനായില്ല. വാർത്തകൾ കേൾക്കുവാനോ പാതി വായിച്ചു വെച്ചിട്ടുപോയ പുസ്തകവായന തുടരാനോ തോന്നിയില്ല. നേരത്തെതന്നെ കിടന്നെങ്കിലും ഉറക്കം കണ്ണുകളെ തലോടിയില്ല. മനസ്സൊരു കടലായി മാറി. കാറ്റ്. ഭൂകമ്പങ്ങൾ. അഗ്നിപർവ്വത സ്ഫോടനങ്ങൾ. ഒത്തിരി വൈകിയാണ് കണ്ണൊന്നടഞ്ഞത്. അർദ്ധ നിദ്രയിലേക്കു വീണതേയുള്ളൂ.

ആരോ കതകുതുറന്ന് മുറിയിലേക്ക്. ഇരുളിൽ മുഖം മാത്രം കാണാം. കുറ്റി രോമങ്ങൾ നിറഞ്ഞ നല്ല ഐശ്വര്യമുള്ള ഒരു മുഖം. ആ മുഖം മൊഴിയുന്നു:

കുഞ്ഞേ വിഷമിക്കണ്ട നീയാണു ശരി.

അത്രയുമേ പറഞ്ഞൊള്ളൂ. ആ മുഖം ഇരുളിൽ അലിഞ്ഞു. ഉറങ്ങാതിരുന്നിട്ടും നേരത്തെതന്നെ ഉണർന്നു. ഒരു യുദ്ധം ഉറപ്പാണെന്നറിയാം എങ്കിലും എണീറ്റപടിതന്നെ സമുദായ നേതാവിന്റെ വീട്ടിലേയ്ക്കു വിളിച്ചു:.

ഒന്നിവിടെവരെ വരണം. വാതിൽപ്പടിയിൽ നിന്ന് ദയവായി അതെടുത്തു മാറ്റിത്തരണം. എത്രയും വേഗം.

പറഞ്ഞുകഴിഞ്ഞ് ടെലിഫോൺ താഴെവച്ചപ്പോൾ ഒരാശ്വാസം തോന്നി. മനസ്സിൽ നിന്ന് ഒരു വലിയഭാരമൊഴിഞ്ഞ പ്രതീതി. ശുദ്ധവായുവിന്റെ സുഖം.

വേട്ട

അടുക്കള വരാന്തയിൽ ആപ്പിൾ മുറിച്ചുകൊണ്ടു നിൽക്കു മ്പോഴാണ് ഒരു വന്യമൃഗത്തേപ്പോലെ അവൻ അവളുടെ മേൽ ചാടി വീണത്. അവന്റെ ആക്രമണത്തിന്റെ ആഘാതത്തിൽ അവളുടെ കൈവിരൽ മുറിഞ്ഞ് ചോരയൊലിക്കുകയും ആപ്പിൾ നഷ്ടമാകുകയും കഴുത്തിൽ കിടന്ന സ്വർണ്ണമാല അപ്രത്യക്ഷമാകുകയും ചെയ്തു.

ആക്രമണം അപ്രതീക്ഷിതമായിരുന്നതിനാൽ അവൾ അതി ഭയങ്കരമായി നടുങ്ങുകയും ഇത്തരം സന്ദർഭങ്ങളിൽ സാധാരണ സംഭവിക്കാറുള്ളതുപോലെ ഉറക്കെ കള്ളൻ കള്ളൻ എന്ന് നിലവിളിക്കുകയും ചെയ്തു. കയ്യിലിരുന്ന ആപ്പിളോ സ്വർണ്ണമാലയോ മാത്രമല്ല താൻ മുഴുവനായിത്തന്നെ മോഷ്ടിക്കപ്പെട്ടിരിക്കുന്നു എന്ന ഭാവത്തിലായിരുന്നു അവളുടെ കരച്ചിൽ.

പിന്നെ ഒരു നിമിഷത്തിനുള്ളിൽ തന്നെ എല്ലാം സംഭവിച്ചു. അയൽവാസികളെല്ലാം ഓടികൂടി. ഏതുകാര്യത്തിലുമെന്നപോലെ ഓട്ടക്കാരൻ തോമസ് തന്നെയാണ് ആദ്യം എത്തിയത്. തൊട്ടു പുറകെ ചുമട്ടുകാരൻ പത്രോസ്, കവലയിൽ കടല വറുത്തു വിൽക്കുന്ന മമ്മത്, സർക്കാർ ആഫീസിലെ പ്യൂൺ രവീന്ദ്രൻ, ബാങ്കിലെ രമേശൻ, സ്വകാര്യ സ്കൂളിലെ ഇംഗ്ലീഷ് അദ്ധ്യാപകൻ മാണി സാർ തുടങ്ങി അയൽ വീടുകളിലെ മിക്കവാറും എല്ലാവരും തന്നെ ഓടിയെത്തിക്കഴിഞ്ഞിരുന്നു. മനസ്സിന്റെ വേഗതക്കൊപ്പം അവയവങ്ങളെ ചലിപ്പിക്കാൻ പ്രായം അനുവദിക്കാത്തതുകൊണ്ട് കൈമളദ്ദേഹത്തിന്റെ മനസ്സാണ് ഓടിയെത്തിയത്. വാർത്തയറിയാത്ത അയൽവാസികളിൽ പലരുടേയും കാതുകളിലേയ്ക്ക് ലാന്റ് ഫോൺ തുരുതുരാ കറക്കി അതെറിഞ്ഞുകൊടുത്തത് അദ്ദേഹമായിരുന്നല്ലോ?

അവളുടെ കരച്ചിലിന്റെയും ബഹളത്തിന്റെയും പൊരുൾ വളരെ വ്യക്തമായിരുന്നതിനാൽ കൂടുതൽ വിശദീകരണത്തിന്റെ

ആവശ്യമുണ്ടായിരുന്നില്ല. മിക്കവാറും എല്ലാവരും ഓടിയെത്തിയ തുതന്നെ അവനെവിടെ? പിടിയവനെ? എന്നെല്ലാമുള്ള ആക്രോശ വുമായിട്ടായിരുന്നു.

മമ്മദിന്റെ കണ്ണുകളിലാണ് അവനാദ്യം പെട്ടത്. അടുക്കളമുറ്റവും തൊടിയും കടന്ന് ഒരു സർക്കസ്കാരന്റെ പാടവത്തോടെ മതിൽ ചാടുകയായിരുന്ന അവനപ്പോൾ. പിന്നെ ഒരു താമസവുമുണ്ടായില്ല. കൂടിയവരെല്ലാം അവന്റെ പിന്നാലെ ഓടാൻ തുടങ്ങി. തോമസുതന്നെ യായിരുന്നു മുന്നിൽ. കമ്പ്, കൊഴി, കത്തി, കല്ല് എന്നുവേണ്ട കയ്യിൽ കിട്ടിയതെന്തും ആയുധമാക്കികൊണ്ടായിരുന്നു ഓട്ടം.

ദിശാബോധമില്ലാതെയാണ് അവൻ ഓടിയത്. മതിലുചാടി തൊടിയിറങ്ങി ഇടവഴിയിൽ കയറി അല്പമോടി, വീണ്ടും തൊടിയി ലിറങ്ങി പാടത്തിലേക്കു ചാടുകയായിരുന്നു. അൾക്കൂട്ടം പാടത്തിന്റെ അരികിൽ എത്തിയപ്പോഴേയ്ക്കും അവൻ പാടത്തിന്റെ നടുവിലായി ക്കഴിഞ്ഞിരുന്നു.

'കള്ളൻ' 'കള്ളൻ' എന്ന് അവർ ആർത്തു വിളിച്ചിരുന്നതിനാൽ പാടമിറങ്ങിക്കഴിഞ്ഞപ്പോഴേയ്ക്കും അയൽവാസികളെ കൂടാതെ വലിയൊരു ജനാവലിതന്നെ അവനെ പിന്തുടരുന്നുണ്ടായിരുന്നു. പാടത്തിന്റെ ഒരറ്റത്ത് അവനും മറ്റേ അറ്റത്ത് അവരുമായി ഓട്ടം പിന്നെയും തുടർന്നുരൊണ്ടിരുന്നു. പാടത്തിനപ്പുറം കാടുപിടിച്ചപറ മ്പായിരുന്നു. ഇഞ്ചപ്പടർപ്പുകളും കൊങ്കിണിച്ചെടികളും മണ്ടപോയ തെങ്ങുകളും ഒക്കെയായി ഇടകലർന്ന് കിടക്കുന്ന പറമ്പ്. ഏതോ ഒരു അയ്യരുടെ വക. പല ഇടങ്ങളിലായി ഏക്കറുകളുടെ ജന്മിയായിരുന്നി ട്ടും നേരം നോക്കി കഞ്ഞിവെയ്ക്കുന്ന അയ്യർ.

അവൻ പാടത്തുനിന്ന് പറമ്പിലേക്കു കടക്കവേ, പിൻതുടരുന്നവ രുടെ കണ്ണുകളിൽ നിന്ന് പെട്ടെന്ന് അപ്രത്യക്ഷമായി. അതുകൊണ്ട് പാടം താണ്ടി വന്നവർക്ക് പെട്ടെന്ന് ഒരു നിമിഷം നില്കേണ്ടിവന്നു. കാരണം അവൻ ഏതു ദിക്കിലേക്കാണ് മാറിയതെന്ന് ആർക്കും തിട്ടപ്പെടുത്തുവാൻ കഴിഞ്ഞിരുന്നില്ല.

എല്ലാവരേയും നന്നായി കിതക്കുന്നുണ്ടായിരുന്നു. ഒരു നിമിഷത്തെ അനിശ്ചിതത്വം കിതപ്പടക്കാനുള്ള അവസരമായി മാറി പലർക്കും. അവസാനം പത്രോസാണ് തുടക്കമിട്ടത്:

ഇങ്ങനെനിന്നാൽ അവൻ പമ്പകടക്കും.

ആ കാര്യത്തിൽ ആർക്കും സംശയം ഉണ്ടായിരുന്നില്ല. പക്ഷേ ഇനിയെന്ത് എന്ന കാര്യത്തിൽ പലർക്കും നിശ്ചയമുണ്ടായിരുന്നില്ല. അടുത്ത പടിയായി കാടിനുള്ളിലേയ്ക്ക് കടക്കുകയാണുവേണ്ടതെന്ന

ആശയം ചിലരിലെങ്കിലും മൂളപൊട്ടിയെങ്കിലും ആരിൽ നിന്നും അതു പുറത്തുചാടിയില്ല. അവൻ പഠിച്ച കള്ളനാണെന്നും കത്തിയോ മറ്റ് മാരകായുധങ്ങളോ നിശ്ചയമായും കയ്യിലുണ്ടാവുമെന്നും ഒറ്റക്ക മുമ്പി ലെങ്ങാനും ചെന്നുപെട്ടാൽ കത്തി പ്രയോഗം ഉറപ്പാണെന്നും അവർ വിശ്വസിച്ചു. അവസാനം പത്രോസുതന്നെ പറഞ്ഞു:

കാട്ടുവളയാം

അര ഏക്കറോളം വരുന്ന പറമ്പ്. പെട്ടന്നു തന്നെ അതിനുചുറ്റി ലും ഒരു വലയം സൃഷ്ടിച്ച് അവർ നിന്നു. ഇടയ്ക്കിടെ പലരും വിളിച്ചു പറഞ്ഞുകൊണ്ടിരുന്നു:

എടാ മര്യാദയ്ക്ക് ഇറങ്ങിവാ

ജീവൻ വേണേൽ ഇറങ്ങിവാ

പോലീസിന്റെ ഇടികൊള്ളണ്ടായെങ്കിൽ വേഗമിറങ്ങ്.

അവൻ ഇറങ്ങി വന്നില്ല എന്നുമാത്രമല്ല ഏതുഭാഗത്ത് എന്ന് തിട്ട പ്പെടുത്താൻപോലും അവർക്കു കഴിഞ്ഞില്ല. ആശയക്കുഴപ്പത്തിൽപെ ട്ട് കുറെ സമയം അങ്ങനെപോയി. പലരുടേയും ആവേശം തണുത്തു വരുന്നതുകണ്ട് തോമസ് ചോദിച്ചു:

ഇങ്ങനെനിന്നു വിളിച്ചാൽ ഇറങ്ങിവരാൻ അവൻ നമ്മുടെ കൂടെ പ്പിറപ്പാണോ?

അപ്പോൾ മമ്മതു പറഞ്ഞു:

കല്ലുപെറുക്കികൊണ്ടുവരിൻ. അവൻതാനേപുറത്തുവരും.

അത് നല്ലോരു ആശയമായി പലർക്കും തോന്നി. കുറെപ്പേർ കല്ലുകൾ പെറുക്കിക്കൊണ്ടുവന്നു. പിന്നെ ഒട്ടും വൈകാതെ അത് കാടിനുള്ളിലേയ്ക്ക് പ്രവഹിക്കുവാനും തുടങ്ങി. ഏറെ നേരത്തെ പ്ര യോഗത്തിനുശേഷം ഏതോ ഒരു കല്ല് അവന്റെ മേൽ പതിച്ചിട്ടെന്ന വണ്ണം ഒരു ശബ്ദം ഉയർന്നതും പിന്നെ പെട്ടെന്ന് ആ ഭാഗത്തേയ്ക്ക് ശരവർഷം പോലെ കല്ലുകൾ പ്രവഹിച്ചതും ഒരുമിച്ചായിരുന്നു.

കാട് പടർപ്പുകെട്ടികിടന്നിരുന്നതിനാൽ കല്ലുകൾക്ക് അനായാസം കടന്നു ചെല്ലുവാൻ കഴിയുമായിരുന്നില്ല. അതുകൊണ്ട് ഇടക്കിടെ ചില കല്ലുകൾ മാത്രമേ അവന്റെ മേൽ പതിച്ചിരുന്നുള്ളൂ. അതുകൊള്ളു മ്പോഴാവട്ടെ, ഉറക്കെ കരയുന്നതിനു പകരം എലിപ്പത്തായത്തില കപ്പെട്ട, കുത്തുകൾ ഏറ്റുവാങ്ങുന്ന എലിയെപ്പോലെ, ചില പ്രത്യേക ശബ്ദങ്ങൾ മാത്രമേ അവൻ പുറപ്പെടുവിച്ചിരുന്നുള്ളൂ. കല്ലുകളുടെ ലഭ്യത കുറയുകയും മമ്മതിന്റെ ആശയം അങ്ങനെപൊളിയുകയും ചെയ്ത പശ്ചാത്തലത്തിലാണ് രമേശനിൽ നിന്ന് മറ്റൊന്നു പൊട്ടി വീണത്. മൃഗങ്ങളെ പുറത്തുചാടിക്കുവാൻ വേട്ടക്കാർ പ്രയോഗിക്കുന്ന

അഗ്നിപ്രയോഗമായിരുന്നു അത്. മൂന്നു വശത്തും തീകൊളുത്തി നാലാമത്തെ വശത്തു കാത്തുനില്ക്കുക കാടിനുള്ളിലെ ഉണങ്ങിയ കരിയിലകളും കൊങ്കിണിപ്പടർപ്പും അതിനു സഹായകമായി. അങ്ങനെരമേശന്റെ ആശയം വിജയിക്കുകയും ചെയ്തു.

മാലപ്പടക്കത്തിനു തീകൊളുത്തിയതുപോലെ പൊട്ടലും ചീറ്റുമായി തീ ആളിപ്പടരവേ, ചൂടും പുകപടലങ്ങളും ശ്വാസം മുട്ടിക്കവേ, ഇരിക്കപ്പൊറുതിയില്ലാതെ അവൻ വയലിലേയ്ക്ക് ചാടുകയാണുണ്ടായത്. അവന്റെ വരവും കാത്ത് കാടിനുള്ളിലേയ്ക്ക് നോക്കി കുനിഞ്ഞു നിന്നിരുന്ന മമ്മതിന്റെ കാലിനിടയിലൂടെയായിരുന്നു അവന്റെ ചാട്ടം. സാമാന്യം തടിയുള്ള മമ്മദാവട്ടെ മല മിറയുംപോലെ മലർന്നടിച്ചു വീഴുകയും ചെയ്തു.

പക്ഷേ പാടത്തിറങ്ങി അധികം ഓടുന്നതിനുമുമ്പുതന്നെ അവരവനെവളഞ്ഞു കഴിഞ്ഞിരുന്നു. ഇപ്പോൾ മാത്രമാണ് വളരെയധികം നിസ്സഹായതയോടെ എല്ലാവരേയും അവനൊന്നു നോക്കിയത്. അപ്പോഴേയ്ക്കും അകന്ന ഒരു വലിയ വൃത്തമായി അവർ അവനുചുറ്റും നിരന്നു കഴിഞ്ഞിരുന്നു. വൃത്തം ക്രമേണ അവനിലേക്കു ചുരുങ്ങവേ, പിടികൂടപ്പെട്ട ഒരു കാട്ടുമൃഗത്തിന്റെ ഭീതിയും വെപ്രാളവും അവനിൽ പടരവേ ഓട്ടക്കാരൻ തോമസിന്റെ പിടിയിലകപ്പെടുന്നതിനു മുമ്പ്, അടുത്തുള്ള വലിയ ടവറിലേയ്ക്ക് അവൻ ചാടിക്കയറുകയും ഒരു കുട്ടിക്കുരങ്ങിനെപ്പോലെ മുകളിലേയ്ക്ക് പായുകയും ചെയ്തു.

ആരും അത് തീരെ പ്രതീക്ഷിച്ചിരുന്നില്ല. അങ്ങനെഒരു അനിശ്ചിതത്വംകൂടി അവരെ ചൂഴുകയായി.

ടവറിലേയ്ക്ക് ചാടിക്കയറുവാനുള്ള ധൈര്യമൊന്നും ആരും പ്രകടിപ്പിച്ചുകണ്ടില്ല. പകരം ഇനി ഒരു കാരണവശാലും അവൻ രക്ഷപെട്ടുകൂടന്ന ദൃഢനിശ്ചയത്തോടെ ടവറിനു മുകളിലേയ്ക്ക് അവനെയും നിരീക്ഷിച്ച് നില്പായി.

ഇതിനിടെ സ്റ്റേഷനിലേക്ക് ആരോ അറിയിപ്പു കൊടുത്തിരുന്നതുകൊണ്ടാവണം ഒരു പോലീസ് ജീപ്പ് ഇരമ്പി വന്നു. ഒരു ഹെഡ് കോൺസ്റ്റബിളും ഏതാനും പോലീസുകാരും അതിൽ നിന്നിറങ്ങി. ടവ്വറിനടുത്തേക്കു നടന്നുവന്നു.

പോലീസുകാർ ആളുകളിൽ നിന്ന് കാര്യങ്ങൾ ഗ്രഹിച്ച് , മാറിയും ചെരിഞ്ഞു അവനെനോക്കി. പിന്നെ അല്പം മയത്തിലും കർക്കശമായും അവസാനം ഭീഷണിയായിത്തന്നെയും അവനോടു താഴെയിറങ്ങാൻ പറഞ്ഞു. അവൻ അതൊന്നും തീരെ ശ്രദ്ധിച്ചതേയില്ല. ഹെഡ്കോൺസ്റ്റബിളിനെസംബന്ധിച്ചിടത്തോളം അവസാനത്തെ

പ്രയോഗമെന്ന നിലയിൽ, തന്റെ ലാത്തി ചൂണ്ടി പുഴുത്ത ഒരു തെറികൊണ്ട് അവനെഅഭിസംബോധന ചെയിട്ടു പറഞ്ഞു.

'മര്യാദയ്ക്കു താഴെയിറങ്ങ്. ഇല്ലെങ്കിൽ നിന്റെ എല്ലുണ്ടാനൊടിക്കും'. അവൻ അവിടെതന്നെ ഇരുന്നതേയുള്ളൂ. അവനെ താഴെയിറക്കാനുള്ള മാർഗ്ഗങ്ങളൊന്നും കണ്ടെത്താനാവാതെ വിഷമിച്ചു നിൽക്കുമ്പോളാണ് ഭീതിയുടെ ശബ്ദം പരത്തി ഒരു ഫയർ എഞ്ചിൻ പാഞ്ഞുവന്നു നിന്നത്.

ഫയർ ഫോഴ്സുകാർ പ്രായോഗിക ബുദ്ധിയുള്ളവരായിരുന്നു. അവനെഎങ്ങനെയും താഴെയിറക്കാനുള്ള നിശ്ചയദാർഢ്യത്തോടെയാണ് അവർ വന്നത്. അതിനു വേണ്ടി നീണ്ട വടങ്ങളും വലകളും മറ്റും അവർ കരുതിയിരുന്നു. ആദ്യമായി അനുനയത്തിൽ അവനെതാഴെയിറക്കാനുള്ള ഒരു പദ്ധതിയാണ് അവർ ആസൂത്രണം ചെയ്തത്. അതിനുവേണ്ടി അവരിൽ മൂന്നുപേർ ടവ്വറിലൂടെ പതുക്കെ മുകളിലേക്കു കയറി അവനോടടുത്തിട്ടു പറഞ്ഞു:

നീ പേടിക്കേണ്ട പതുക്കെ താഴെയിറങ്ങ്. ആരും നിന്നെ ഉപദ്രവിക്കത്തില്ല. പക്ഷേ അവനതു വിശ്വസിക്കാനായില്ല. അയാൾ തുടർന്നു:

ഇറങ്ങാതെ പറ്റില്ല. ഇറങ്ങിയില്ലെങ്കിൽ ദാ നോക്ക് ഈ കയറിൽ കുരുക്കി നിന്നെ ഞങ്ങൾ താഴെയിറക്കും.

അതും അവനിൽ ഏശിയില്ല. അവർ വീണ്ടും അവനിലേയ്ക്ക് അടുത്തു. അവർ അടുക്കുന്നതിനനുസരിച്ച് അവൻ മുകളിലേയ്ക്ക് പിന്നെയും കയറി. അവസാനം അവന് കയറാൻ ഇടമില്ലാതാവുകയും തുടർന്ന് എന്തുചെയ്യണമെന്ന് അറിയാതെ അസ്വസ്ഥനാവുകയും ചെയ്തു.

എല്ലാ മിഴികളും ടവ്വറിനു മുകളിലേക്ക്. ആകാശവും ഭൂമിയും സർവ്വചരാചരങ്ങളും നിശ്ചലമായി നില്ക്കുന്ന ഒരു നിമിഷം. അവർ വീണ്ടും അവനിലേയ്ക്ക് അടുക്കവേ, അവനെ ഒന്നു സ്പർശിക്കാനെങ്കിലും ആവും മുമ്പ്, തികച്ചും അപ്രതീക്ഷിതമായി അതു സംഭവിച്ചു. സ്വയം വീണതോ, ചാടിയതോ എന്ന് തിട്ടപ്പെടുത്തുവാനാവാത്തതുപോലെ താഴേക്കു വരുന്ന കാഴ്ച്ചയാണ് എല്ലാവരും പിന്നീട് കണ്ടത്. ജനം അവന്റെ അടുത്തേക്ക് പാഞ്ഞു.

മുടി പറ്റെ മുറിച്ച തല. മാനസിക വളർച്ചയെത്താത്ത കുട്ടിയുടേതുപോലെയുള്ള മുഖം. ഒരാനയെ പിടിച്ചു തിന്നാലും തീരാത്ത വിശപ്പു പ്രകടമാകുന്ന കണ്ണുകൾ, മുഷിഞ്ഞ കാക്കിയുടുപ്പ്... കീറിപ്പറിഞ്ഞ നിരവധി പാച്ചുവർക്കുകൾ ചെയ്ത ഒരു പാന്റ്, അതിന്റെ കീശയിൽ പാതി കാർന്നു തിന്ന ഒരു ആപ്പിളും...

കച്ചവടക്കണ്ണ്

പ്രശസ്തമായ പുസ്തക പ്രസാധകസംഘം സംഘടിപ്പിച്ച നോവൽ രചനാ മത്സരത്തിൽ സമ്മാനാർഹമായ 'കച്ചവടക്കണ്ണ്' എന്ന കൃതിയുടെ കർത്താവായ യുവ സാഹിത്യകാരനെ അനുമോദിക്കാനുള്ള ചടങ്ങിൽ പങ്കെടുക്കാനെത്തിയതായിരുന്നു അയാൾ. കുടുംബ ജീവിതം എഴുതി വാങ്ങി തുണ്ടുതുണ്ടായി വിറ്റുതുലച്ച് മിനി മാസിക നടത്തി പൊളിഞ്ഞ്, കിടപ്പാടംപോലുമില്ലാതെ അലഞ്ഞു തിരിയുന്ന പഴയ പത്രാധിപർ എന്ന നിലയിലാണ് അനുമോദനക്കാരിൽ അവസാനത്തെ ഊഴക്കാരനായി അയാളെ ഉൾപ്പെടുത്തിയിരുന്നത്. യുവസാഹിത്യകാരന്റെ കന്നിക്കഥ പ്രസിദ്ധീകരിച്ച പത്രാധിപർ എന്ന പരിഗണനയും നൽകിയിരുന്നിരിക്കണം.

അറിയപ്പെടുന്ന ധാരാളം പ്രശസ്ത വ്യക്തികൾ നേരത്തെ തന്നെ എത്തിച്ചേർന്നിരുന്നു. ചടങ്ങ് ആരംഭിക്കുവാൻ അല്പം കൂടി വൈകും എന്നതുകൊണ്ട് വേദിക്കരികിലുള്ള മുറിയിൽ വിശ്രമിക്കുകയായിരുന്നു അവരെല്ലാവരും. ഈ സമയം എല്ലാവരേയും പരിചയപ്പെടുവാൻ യുവാവ് പ്രത്യേകം ശ്രദ്ധിച്ചു. അക്കാര്യത്തിൽ യുവാവ് പ്രകടിപ്പിച്ച മെയ്‌വഴക്കം അയാളെ അത്ഭുതപ്പെടുത്തി. എഴുത്തുകാരുടെ സാധാരണയായ അന്തർമുഖത്വമോ അകന്നുനിൽക്കലോ ഒന്നും യുവാവിൽ പ്രകടമായതേയില്ല. തോൾ സഞ്ചിയിൽ നിന്നും ഓരോ പുസ്തകമെടുത്ത്, കയ്യൊപ്പിട്ട് ചിലർക്കൊക്കെ തന്ത്രപൂർവ്വം കൈമാറികൊണ്ടുമിരുന്നു. തന്റെ ഊഴം വരുന്നതേയുള്ളു എന്ന മട്ടിൽ എല്ലാം ശ്രദ്ധിച്ച് മറ്റുചിലരും കാത്തിരിക്കുന്നുണ്ടായിരുന്നു. കന്നിക്കഥ പ്രസിദ്ധീകരിച്ച പത്രാധിപർ എന്ന നിലയിൽ ഒരെണ്ണം അയാളും പ്രതീക്ഷിച്ചെങ്കിലും ലഭിക്കുകയുണ്ടായില്ല. കരുതിയ കോപ്പികൾ തീർന്നുപോയിട്ടുണ്ടാവും എന്ന് അയാൾ വെറുതെ സമാധാനിക്കുകയും ചെയ്തു.

മറുപടി പ്രസംഗത്തിൽ കന്നിക്കഥ പ്രസിദ്ധീകരിച്ച തന്നേപ്പറ്റി

രണ്ടുവാക്ക് പറയുന്നതുകൂടി കേട്ടിട്ട് മടങ്ങാം എന്നു കരുതിയാണ് അവസാനം വരെ അയാളിരുന്നത്. അവനിൽ നിന്നു തന്നെ അതു കേൾക്കുന്നതിലുള്ള സുഖമോർത്ത് ഹ്രസ്വമായ തന്റെ പ്രസംഗത്തിൽ നിന്നും ബോധപൂർവ്വം അതൊഴിവാക്കുകയും ചെയ്തു. എന്നാൽ യുവാവിന്റെ മറുപടി പ്രസംഗം അയാളെ വല്ലാതെ നടുക്കിക്കളഞ്ഞു. അനവധി തവണ ചിതറിച്ചു കളഞ്ഞു. ആദ്യകഥ പ്രസിദ്ധീകരിച്ചത് വേദിയിലുള്ള മുഖ്യധാരാ മാധ്യമത്തിന്റെ പത്രാധിപരാണത്രേ! തന്റെ ജീവിതത്തിലെ മറക്കാനാവാത്ത സംഭവമായി അവനതിനെ വിശേഷിപ്പിക്കുകയും ചെയ്തു.

ഹൃദയം വല്ലാതെ നുറുങ്ങിപ്പോയി. പിന്നെ ഒരു നിമിഷംപോലും അയാളവിടെ നിന്നില്ല. ചായസൽക്കാരത്തിൽ പങ്കുകൊള്ളാതെ യാത്രപോലും പറയാതെ അയാൾ ഇറങ്ങി നടന്നു. തല വല്ലാതെ പുകച്ചുകൊണ്ടുള്ള ആ നടത്തത്തിനിടയിൽ കാര്യങ്ങളുടെ കിടപ്പ് ഏറെക്കുറെ അയാൾക്കു തെളിഞ്ഞുകിട്ടി.

യുവാവ് പുസ്തകം നൽകി ആദരിച്ച ഒന്നാമൻ സാഹിത്യ അക്കാദമിയുടെ 'ഭാരവാഹിയായിരുന്നു. രണ്ടാമൻ പ്രശസ്തനായ ഒരു സിനിമാ സംവിധായകൻ. മൂന്നാമൻ മുഖ്യധാരാ മാധ്യമത്തിന്റെ പത്രാധിപർ. നാലാമൻ പുസ്തക പംക്തി കൈകാര്യം ചെയ്യുന്ന അറിയപ്പെടുന്ന നിരൂപകൻ.

അഴുക്കുസഞ്ചി

പ്രഭാതത്തിലെ പതിവ് പത്രവായനമുടക്കി ഭാര്യ കയ്യിൽ പിടിപ്പിച്ചു കൊടുത്തതാണ് ഷിമ്മിക്കൂട്. അടുക്കളയിൽ നിന്നു പെറുക്കിയെടുത്ത ഏതാനും ചെറുപൊതികളാണ് കൂടിനുള്ളിൽ. എവിടെയെങ്കിലും കൊണ്ടുപോയി തള്ളാനാണ് കല്പന.

ഹൗസിംങ് കോളനിയിലെ അവസാനത്തെ വീട് ലക്ഷ്യമാക്കിയാണ് യാത്ര തുടങ്ങിയത്. അതിന്റെ പുറകിലായി കുറെ പൊന്തക്കാടുകളുണ്ട്. അവിടെ തട്ടാം. ആരും അറിയുകയില്ല. ആരെങ്കിലും കാണുന്നുണ്ടോ എന്ന് ചുറ്റിലും നോക്കി കൂട് കാട്ടിലേക്കെറിയാൻ ഭാവിക്കുമ്പോഴാണ് കാട്ടിനുള്ളിൽ നിന്നും ഒരുത്തന്റെ ചോദ്യം: എങ്ങോട്ടാ?

ചെറുതായൊന്നു നടുങ്ങി. എങ്കിലും അതു പുറത്തുകാട്ടാതെ പറഞ്ഞു:

ഇതാ ഇവിടെ വരെ

രണ്ടാമതൊന്നുകൂടി തിരിഞ്ഞു നോക്കാതെ വേഗം നടന്നു. തിരിഞ്ഞു നിന്നാൽ എല്ലാം വിസ്തരിക്കേണ്ടിവരും.

കോളനിയേയും പാടത്തെയും തമ്മിൽ വേർതിരിക്കുന്ന കൈത്തോടായിരുന്നു അടുത്ത ലക്ഷ്യം. തുലാവർഷം കഴിഞ്ഞ സമയമായതിനാൽ തോട്ടിൽ നല്ല ഒഴുക്കുണ്ട്. ഒഴുകി പൊയ്ക്കോളും. കടവിലെത്തിയപ്പോൾ പാർക്കിലെ കൃത്രിമ തടാകത്തിന്റെ കരയിലെ ചൂണ്ടക്കാരനേപ്പോലെ ഒരു കാർവർണ്ണൻ. ചൂണ്ടവലിച്ച് വീണ്ടും ഇരയെ കൊരുക്കുന്നതിനിടയിൽ അവന്റെയൊരു ലോഹ്യം:

സാറെന്താ ഈ വഴി?

വെറുതെ

ഓരോരുത്തന്മാർക്ക് ലോഹ്യം ചോദിക്കാൻ കണ്ടനേരം. വീണ്ടും

മുമ്പോട്ടു നടന്നു. പോകുന്ന വഴിയിൽ പല പരീക്ഷണങ്ങളും നടത്തി നോക്കിയെങ്കിലും ഒന്നും വിജയിക്കുകയുണ്ടായില്ല. എവിടെയും ഓരോരോ തടസ്സങ്ങൾ. ഒന്നുകിൽ ഒരു വഴിയാത്രക്കാരൻ. അല്ലെങ്കിൽ ചീറിപാഞ്ഞുവരുന്ന ഒരു വാഹനം. അങ്ങനെകുറേ ദൂരം പിന്നിട്ടു കഴിഞ്ഞപ്പോഴാണ് മറ്റൊരു സ്ഥലം മനസ്സിൽ തെളിഞ്ഞത്. നഗരത്തിൽ നിന്നും അല്പം മാറിയുള്ള ഒരു ചേരി. ബൈക്കിൽ ആഫിസിലേയ്ക്ക് പോകുമ്പോൾ പലപ്പോഴും ശ്രദ്ധിച്ചിട്ടുണ്ട്. ചേരിയുടെ അരികു് ചേർന്ന് വിസ്തൃതമായ ഒരു പാറപ്പുറം. പാറയുടെ അരികുചേർന്ന് ഏതാനും കുടിലുകൾ, എല്ലന്തി, വയറുചാടിയ കുട്ടികൾ. അഴുക്കിൽ മുങ്ങിയ കുട്ടി രൂപങ്ങൾ. അവിടെ തട്ടാം. ആരും പ്രതിഷേധിക്കാൻ പോകുന്നില്ല.

അയാൾ പാറപ്പുറം ലക്ഷ്യമാക്കി വീണ്ടും നടന്നു. ഒച്ചയുണ്ടാക്കാതെ സാവധാനമാണ് നടന്നു കയറിയത്. പക്ഷേ പാറയിലേയ്ക്ക് കാലെടുത്തു വയ്ക്കേണ്ടി വന്നില്ല. മാലപ്പടക്കത്തിന് തീ പിടിച്ചതു പോലെ ഒരുകൂട്ടം കൊടിച്ചിപ്പട്ടികൾ. സംഘം ചേർന്ന് ചീറിയാണ് വരവ്. തേനീച്ചക്കൂട് ഇളകിയതുപോലെ ചേരിയുണർന്നു. വാതിൽമറ മാറ്റി ആദ്യം പുറത്തുവന്ന സ്ത്രീയാണ് വിളിച്ചുകൂവിയത്:

അത് അവനാ കൂട്ടരേ... ഓടി വരിൻ

ആൾക്കൂട്ടം പിൻതുടരുന്ന ഒരു തസ്ക്കരനേപ്പോലെ അയാൾ പിൻതിരിഞ്ഞോടി. ഓടിയോടി വീട്ടിലെത്തി. കുറേ നേരത്തേക്ക് അയാൾക്ക് സംസാരിക്കാനേകഴിഞ്ഞില്ല. സഞ്ചിയും തൂക്കി ശ്വാസം വിടാനാവാതെ നിന്നു കിതച്ചു. എന്താ എന്തുപറ്റി എന്ന സ്വാഭാവികമായ ജിജ്ഞാസപ്പെടലിനു പകരം അല്ല നിങ്ങളിതു കളഞ്ഞില്ലേ എന്ന ചോദ്യമാണ് ഭാര്യയിൽ നിന്നുണ്ടായത്. അയാളുടെ ഉത്തരം ദയനീയമായിരുന്നു:

എങ്ങനെകളയാനാ?

എങ്കിൽ കഴുത്തിലോട്ട് കെട്ടിത്തൂക്കി അവിടെത്തന്നെ നിന്നോ?

ദ്വേഷത്തോടെ അവർ അകത്തേക്ക് കയറിപ്പോയി. എന്തുചെയ്യണമെന്നറിയാതെ അഴുക്കു സഞ്ചിയും തൂക്കി ഒരു പ്രതിമയെപ്പോലെ അയാൾ.

മേരിപെണ്ണേ നമ്മളെന്തു ചെയ്യും?

രാത്രി.

മുഖത്തിനു മുകളിൽ കെട്ടുപിണഞ്ഞ് നൃത്തം ചവിട്ടുന്ന ഇരുളിൻപാളികളിൽ നോക്കി മേരിപ്പെണ്ണും പൗലോസും. മൂത്തവളാര് ഇളയവളാര് എന്നു തിട്ടപ്പെടുത്താനാവാത്ത വിധം പുരനിറഞ്ഞ്, മിഴിനിറഞ്ഞ്, അടുക്കളയിൽ ചാരം മെഴുകിയ തറയിൽ ലിസിയും ആലീസും. ഉപരിപഠനസ്വപ്നം പൊലിഞ്ഞ് അധമചിന്താക്കയത്തിൽ മയങ്ങി ഏതെങ്കിലുമൊരു ദിശയിലേക്കുമാത്രം നോക്കി, സ്വയം പുകച്ചൂതുന്ന പുകവൃത്തങ്ങളിൽ മാത്രം നോക്കി, ആകെയുള്ള ഒരേയൊരാൺതരി.

വാങ്ങിയ വായ്പയുടെ പലിശയെങ്കിലും അടച്ച് ലോൺ പുതുക്കിയില്ലെങ്കിൽ ജപ്തി വരുമെന്ന വിളംബരത്തിന്റെ അലകൾ കാതുകളിൽ:

മേരിപെണ്ണേ നമ്മളെന്തുചെയ്യുമെന്ന് പൗലോസിന്റെ ചോദ്യം.

ബാക്കികൊടുക്കാനുള്ള പണവും പണ്ടവും ഉടനടി കൊടുത്തു തീർത്തില്ലെങ്കിൽ പെണ്ണ് വീട്ടിലെന്ന് സംബന്ധക്കാരൻ.

പൗലോച്ചായാ നമ്മളെന്തുചെയ്യുമെന്ന് മേരിപ്പെണ്ണ്.

പ്രതിസന്ധികളുടെ നാളുകളിൽ പാടം നികത്തി തെങ്ങും തെങ്ങുവെട്ടി കവുങ്ങും കവുങ്ങുവെട്ടി റബ്ബറും റബ്ബറുവെട്ടി കൊക്കോയും, കൊക്കോവെട്ടി കാപ്പിയും, കാപ്പി വെട്ടി കുരുമുളകും പിന്നെ തിരിച്ചും മറിച്ചും തിരിച്ചും എത്രനാൾ. ഇനി ഏതു വെട്ടി ഏതു നട്ടാൽ നമ്മൾ രക്ഷപ്പെടുമെന്ന് വീണ്ടും പൗലോസ്.

പൗലോസിന്റെ ചോദ്യങ്ങൾക്ക് മേരിക്കോ മേരിയുടെ ചോദ്യങ്ങൾക്ക് പൗലോസിനോ ഉത്തരമില്ല. അതുകൊണ്ട് അടുക്കളത്തറയിൽ നിന്ന് പെൺമക്കളെയും വരാന്തമൂലയിലെ അനങ്ങിയാൽ കരയുന്ന ചാക്കുകട്ടിലിൽ നിന്ന് ആൺതരിയേയും അവർ വിളിച്ചുണർത്തി:

മക്കളേ നമ്മളെന്തു ചെയ്യും?

അകലെ ഇരുളിൻപാളികളുടെ സംഘനൃത്തവും നോക്കി വെറുതെയിരിക്കുന്ന മക്കൾ. രാവേറെയാവുന്നു. ഏതോ ഗുഹാമുഖങ്ങളിൽ അലതല്ലി അലറിവിളിച്ച് കടന്നുവരുന്ന ഭ്രാന്തൻ കാറ്റ്. മരച്ചില്ലകൾ ഒടിഞ്ഞു വീഴുന്നു. രാപ്പാടികളുടെ തേങ്ങൽ. പൗലോസിന്റെ തളർന്ന ചോദ്യം.

മേരിപ്പെണ്ണേ നമ്മളെന്തു ചെയ്യും?

മേരിപ്പെണ്ണിന്റെ ദയനീയമായ നോട്ടം.

പൗലോച്ചായാ നമ്മളെന്തു ചെയ്യും...?

മക്കൾ ഉരിയാടിയതേയില്ല. അവൻ പ്രതിമപോലെ അകലേയ്ക്ക് നോക്കിയിരുന്നു.

ഇരുട്ടിനു കട്ടി കൂടുന്നു. വല്ലാത്ത നിശബ്ദത. അത് നീണ്ടുനീണ്ട്... ഒടുവിൽ ആ നിശബ്ദത ഭേദിച്ചുകൊണ്ട് മേരിപ്പെണ്ണ്:

ഒറങ്ങിയോ?

ഇല്ല. നീയൊറങ്ങിയോ?

ഇല്ല. മക്കളെന്തിയേ?

അവരും ഒറങ്ങീട്ടില്ല.

വീണ്ടും നീളുന്ന നിശ്ബ്ദത.

പ്രഭാതം.

അക്ഷരങ്ങളേക്കാളേറെ കാഴ്ച്ചകളുമായി വൃത്താന്ത പത്രങ്ങൾ. ഇന്നു ഞങ്ങൾ നാളെ നിങ്ങൾ എന്ന തലവാചകത്തിനു താഴെ അർജന്റീനിയൻ പ്രതിസന്ധികളുടെ ആഴം. ആഗോളവത്ക്കരണം, ഉദാരവത്ക്കരണം, ലോക വ്യാപാര ഉടമ്പടി, ബൗദ്ധിക സ്വത്തവകാശം എഡിബി, ഇൻഫാം കാലാവസ്ഥാ വ്യതിയാനം എന്നിങ്ങനെ പിടികിട്ടാത്ത പുതിയ വാക്കുകളുടെ ധാരാളിത്തം. ചരമകോളങ്ങളുടെ അതിരുകൾ ലംഘിച്ച് മുഖപേജിലേക്ക് പിടഞ്ഞുകയറുന്ന ദുരന്തവാർത്തകൾ. അതിലൊരു തലവാചകമിങ്ങനെ:

കടം കയറിയ കർഷക കുടുംബം കൂട്ടത്തോടെ...

ഇണക്കം പിണക്കം

അവർ കുടുംബ പുരാണം ചർച്ചചെയ്യുകയായിരുന്നു.

ഒന്നാമൻ: ഇണക്കം പിണക്കം, വീണ്ടും ഇണക്കം ഇതാ ഞങ്ങളുടെ രീതി.

രണ്ടാമൻ: ഞങ്ങളിതുവരെ പിണങ്ങിയിട്ടേയില്ല

മൂന്നാമൻ: അത്ഭുതം; അതെങ്ങനെ സാധിക്കുന്നു?

രണ്ടാമൻ: ഇതുവരെ ഇണങ്ങിയിട്ടില്ല. അതുകൊണ്ട് പിണങ്ങിയിട്ടുമില്ല.

മറവി

മറവികൊണ്ട് പൊറുതിമുട്ടിയപ്പോഴാണ് മരുന്ന വാങ്ങിയത്. നീല നിറമുള്ള അടപ്പുള്ള കുപ്പിയിൽ നിന്ന് 15 തുള്ളി രാവിലെ. പച്ച അടപ്പുള്ള കുപ്പിയിൽ നിന്ന് 20 തുള്ളി വൈകുന്നേരം. ചൂടുള്ള വെള്ള ത്തിൽ ലയിപ്പിച്ച് കഴിക്കണം. മറക്കാതിരിക്കാൻ കുപ്പി പൊതിഞ്ഞ കവറിൽ ഡോക്ടറെക്കൊണ്ട് തന്നെ എഴുതി വാങ്ങിച്ചു. വന്ന കയറി യപ്പോൾത്തന്നെ ഭിത്തിയലമാരിയിൽ ഭദ്രമായി സൂക്ഷിക്കുകയും ചെയ്തു. ദിവസങ്ങൾ പലതു കടന്നുപോയി. ഒരുതുള്ളി മരുന്നുപോലും കഴിക്കുകയുണ്ടായില്ല. മരുന്ന വാങ്ങിയതും എല്ലാം അലമാരിയിൽ ഭദ്രമായി വച്ചതും ഓർത്തിട്ടുവേണ്ടെ കഴിക്കാൻ.

തെരഞ്ഞെടുപ്പ് വിശേഷങ്ങൾ

രാമൻ തോറ്റതെന്തുകൊണ്ടാണ് എന്ന് അറിയണം അല്ലേ? എന്നാൽ കേട്ടോ, ഞാൻ ഗോവിന്ദനാശാൻ. സ്വദേശാഭിമാനി രാമന്റെ ഉറ്റ തോഴൻ. പണ്ട് രാമൻ മദ്യവിരുദ്ധ സമരം നയിച്ചപ്പോ ഞാനുമുണ്ടായിരുന്നു. രാമൻ സ്ഥാനാർത്ഥിയാണെന്നറിഞ്ഞപ്പോ ഏറ്റവുമധികം സന്തോഷിച്ചതും ഞാൻ തന്നെ. രാമനല്ലാതെ മറ്റാർക്കെങ്കിലും വോട്ട് ചെയ്യുക എന്നത് എനിക്ക് സങ്കൽപ്പിക്കാൻ പോലും കഴിയുമായിരുന്നില്ല. പക്ഷെ, എല്ലാം തൊലച്ചത് അവനാ. എന്റെ പേരക്കിടാവ്. അവനെന്നോടൊരു ചോദ്യം. ഈ രാമേട്ടനെ ജയിപ്പിച്ചതുകൊണ്ടെന്താ പ്രയോജനമെന്ന്? അഞ്ച് പൈസാ കൈക്കൂലി വാങ്ങത്തില്ല. ശുപാർശ ചെയ്യില്ല. എല്ലാം അർഹത നോക്കി മാത്രം. ഈ കാലത്തിനു ചേർന്നതാണോ ഇതൊക്കെ? ഇക്കാലത്ത് കാര്യസാധ്യം ഒരു വലിയ കാര്യമാ. ഓർത്ത് നോക്കിയപ്പോ കുറെയൊക്കെ ശരിയാണെന്ന് എനിക്കും തോന്നി. പിന്നെ മറ്റവന്റെ മൊകശ്രീയോ? സൂര്യനുദിച്ച് വരുന്നതു പോലല്ലേ! പ്രസംഗമാണെങ്കിൽ അതിലും കേമം. മണിക്കുറു വച്ചല്ലേ ഓരോന്നു നടപ്പിലാക്കാമെന്ന് പറഞ്ഞത്. എന്തൊരു തന്റേടം. ചുറുചുറുക്ക്, ബഹുമാനം. കേക്കണോ ഒരു സംഭവം. അവൻ ഓരോ വീട് കയറി വോട്ട് ചോദിച്ച് വരികയാ. ഞാൻ മുറ്റത്ത് വെറുതെ നിൽക്കുന്നു. എന്നെ കണ്ടതും ഓടി വന്നതും കെട്ടിപിടിച്ചതും കാലേലോട്ട് വീണ് രക്ഷിക്കണേ എന്ന് പറഞ്ഞതും ഒരു നിമിഷം കൊണ്ട്. ഉള്ളതു പറഞ്ഞാൽ എനിക്ക് രോമാഞ്ചം ഉണ്ടായി. ദാ കണ്ടോ കണ്ടോ അതോർക്കുമ്പോ എനിക്കിപ്പോഴും രോമാഞ്ചം വരുന്നു. പിന്നെ വോട്ടിന്റെ തലേന്ന് പിള്ളേര് സ്ലിപ്പ് കൊണ്ട് തന്നത് കവറിലിട്ടാ. തുറന്ന് നോക്കിയപ്പോ ഗാന്ധിയുടെ തലയുള്ള ഒരെണ്ണം. ഗുളിക മേടിക്കാത്തതിന്

മോനോട് വഴക്കടിച്ച് വെഷമിച്ച് നിൽക്കുമ്പോളാ ഇത്. ലക്ഷംവീട് കോളനിയ്ലും അംബേദ്കർ ഗ്രാമത്തിലും മോസ്കോ കോളനിയിലുമെല്ലാം സ്ലിപ്പിട്ട കവർ കൊടുത്തെന്നാ കേൾവി. മനസ്സുകൊണ്ട് രാമനോട് മാപ്പപറഞ്ഞുകൊണ്ടാ മക്കളെ ഞാനവന കുത്തിയത്. അവനങ്ങു ജയിക്കുവേം ചെയ്തു.

റാഞ്ചൽ

കടുത്ത ക്ഷീണം മൂലം നേരത്തേ ഉറങ്ങാമെന്ന് കരുതി കിടക്ക വിരിക്കുമ്പോളാണ് രമേശന്റെ വിളി. ഒരു വലിയ കലോത്സവത്തിന്റെ ഭാഗമായ കലാസാഹിത്യ മത്സരങ്ങളുടെ മുഖ്യ ചുമതല അവന്. മത്സരങ്ങൾക്ക് പറ്റിയ വിഷയങ്ങൾ വേണം. രാവിലെ തന്നെ വിളിച്ചു പറയണം. ഒരു ബഞ്ചിലിരുന്ന് പഠിച്ചതാണ്. ഇപ്പോഴും സൗഹൃദം നിലനിർത്തുന്ന അപൂർവ്വം സഹപാഠികളിൽ ഒരാൾ. കൺപോളകളിൽ തൂങ്ങി നിന്ന ഉറക്കമെന്ന ഭാരം താനെ കൊഴിഞ്ഞു. പിന്നെ വിഷയങ്ങൾ തേടിയുള്ള സഞ്ചാരം. അവസാനം വീണുകിട്ടിയ വിഷയങ്ങൾ രാവിലെതന്നെ വിളിച്ചുപറയുകയും ചെയ്തു.

ദിവസങ്ങൾക്ക് ശേഷം സൗഹൃദ സംഭാഷണത്തിനിടെ സംഘാടക സമിതിക്കാരനായ മറ്റൊരു സുഹൃത്ത് പറഞ്ഞതങ്ങനെ:

അല്ലെങ്കിലും ഈ രമേശൻ ഒരു ജീനിയസ് തന്നെ. കലാസാഹിത്യമത്സരങ്ങൾക്കുവേണ്ടി അനൻ കണ്ടെത്തിയ വിഷയങ്ങൾ എന്നെ അത്ഭുതപ്പെടുത്തി. അർത്ഥവത്തായ, ഉചിതമായ പുതിയ വിഷയങ്ങളായിരുന്നു അത്.

കോവിഡ് പാഠങ്ങൾ

കോവിഡിന്റെ നാളുകളിൽ മറ്റു പലരേയുംപോലെ പൊതു പ്രവർത്തനങ്ങളിൽ നിന്നെല്ലാം വിട്ടകന്ന് വായനയും വിശ്രമവുമൊക്കെയായി വീട്ടിൽ തന്നെ കഴിച്ചുകൂട്ടാനാണ് അയാളും ശ്രമിച്ചത്. ഏതാനും ദിവസങ്ങൾ അങ്ങനെ വലിയ കുഴപ്പങ്ങളൊന്നു മില്ലാതെ കടന്നുപോയെങ്കിലും പിന്നെ ക്രമേണ അതൊരു മടുപ്പായി മാറുകയായിരുന്നു. എന്തെങ്കിലുമൊക്കെ ചെയ്യാനില്ലാത്തതിനാൽ അസ്വസ്ഥതകൾ അയാളെ വല്ലാതെ വീർപ്പുമുട്ടിച്ചു. കരയിലകപ്പെട്ട മത്സ്യത്തിന്റെ അവസ്ഥ. സന്ദർശകരില്ല, ടെലഫോൺ കാളുകളി ല്ല. തിരക്കു പിടിച്ച ദിനചര്യകളില്ല. സമയത്തിന് വീട്ടിൽ നിന്ന് ഇറങ്ങാൻ കഴിയാത്തതിന്റെ പേരിൽ ഭാര്യയുമായുള്ള ഏറ്റുമുട്ടലു കളില്ല. എങ്ങും ശാന്തത. എവിടേയും നിശബ്ദതയുടെ മുഴക്കങ്ങൾ. വെറുതെ ഇരുന്നും, കിടന്നും, വായിച്ചും, ടെലിവിഷൻ കണ്ടും സമയം പോക്കാൻ ശ്രമിച്ചെങ്കിലും പൂർണ്ണമായ ഒരു സംതൃപ്തി ലഭിക്കുകയു ണ്ടായില്ല. കണ്ടുകൊണ്ടിരിക്കുന്ന ടെലിവിഷൻ പെട്ടെന്ന് നിർത്തി പുറത്തിറങ്ങി നടക്കുക, വായിച്ചുകൊണ്ടിരിക്കുന്ന പുസ്തകം മാറത്ത് കമിഴ്ത്തി വച്ച് വെറുതെ കിടക്കുക, പറമ്പിലൂടെ വെറുതെ നടക്കുക തുടങ്ങി യാന്ത്രികമായി പലതും അയാൾ ചെയ്തുകൊണ്ടിരുന്നു.

വിരസമായ ഇത്തരമൊരു സന്ദർഭത്തിൽ വെറുതെ മുറ്റത്തുകൂടെ നടക്കുമ്പോളാണ് പശുക്കിടാവിന്റെ മൂളൽ കാതുകളിൽ വന്നുവീഴു ന്നത്. ഒരു കച്ചിതുരുമ്പുപോലും കടിച്ചുതിന്നാനില്ലാതെ വിശന്നുപൊ രിഞ്ഞ് ഇങ്ങനെയൊരാൾ ഇവിടെ നിൽക്കുന്നത് നിങ്ങളുടെ കണ്ണിൽ പെടുന്നില്ലല്ലോ എന്നതായിരുന്നു ആ മൂളലിന്റെ പൊരുൾ. അയാൾ പശുക്കിടാവിനെനോക്കി. മുതുകെല്ല് വളഞ്ഞ്, വാരിയെല്ലുകൾ തെളിഞ്ഞ്, വയർ വല്ലാതെ താഴേയ്ക്ക് താണ് ഒരു വികൃത രൂപം. കൺകോണിൽ പീള അടിഞ്ഞുകൂടിയിരിക്കുന്നു. രോമം വല്ലാതെ എഴുന്ന് ചാണകമുണങ്ങി കല്ലിച്ച തുടയും വാലും.

കഞ്ഞിയും കറിയും വയ്ക്കുന്നതിനിടയിൽ, കുട്ടികളെ കുളിപ്പിച്ച് തലചീകി, യൂണിഫോമണിയിച്ച്, സ്കൂൾ ബസിൽ കയറ്റി വിടുന്ന തിനിടയിൽ, അയാൾക്ക് ദിവസവും മാറ്റികൊണ്ടിപോകുന്നതിനുള്ള തുണി അലക്കി തേക്കുന്നതിനിടയിൽ, അയാളുടെ അഭാവത്തിൽ ബന്ധുവീടുകളിൽ പകരക്കാരിയുടെ സാന്നിദ്ധ്യമറിയിക്കുന്നതിനി ടയിൽ, വീണുകിട്ടുന്ന പരിമിതമായ സമയംകൊണ്ട് ചെയ്യാവുന്ന പരിപാലനമേ അതിനുലഭിച്ചിരുന്നുള്ളൂ.

മറ്റൊരു ദിവസം തൊടിയിലൂടെ നടക്കുമ്പോളാണ് വീട്ടുകാര ത്തിയുടെ പച്ചക്കറിമൂല കണ്ണിൽപ്പെടുന്നത്. പയർ, പച്ചമുളക്, ചീര, വഴുതന, പാവൽ എന്നിവയുടെ ഏതാനും ചുവടുകൾ മാത്രം. ഇല വിരിയാതെ വള്ളി വീശാതെ മുരടിച്ചു നിൽക്കുന്ന ചെടികൾ. അയാൾ ചെടികളെ നോക്കി ഒരു നിമിഷം അങ്ങിനെനിന്നിട്ട് നടക്കാൻ ശ്രമിക്കവെ ഒരു പാവൽ വള്ളി അയാളെ മൃദുവായി സ്പർശിച്ചു. വെറുതെ അങ്ങു പോവുകയാണോ? ഒരു കപ്പ് വെള്ളമെങ്കിലും കോരി യൊഴിച്ചിട്ട് പോയിക്കൂടെ നിങ്ങൾക്ക്? എന്ന് ചോദിക്കുന്നതുപോ ലെയുള്ള ഒരർത്ഥം ആ സ്പർശനത്തിനുണ്ട്, എന്നയാൾക്കുതോന്നി. ധ്യാനനിരതമായ കുറേ നിമിഷങ്ങൾ. വീണ്ടുവിചാരത്തിന്റെ കരി യിലകൾ ഒന്നൊന്നായി അയാളുടെ മനസ്സിന്റെ താഴ്വരയിലേക്ക് പറന്നുതാണു. പിന്നെ ഒരു നിമിഷവും വൈകിയില്ല. അയാൾ ആ ചെടിയുടെ ചുവട്ടിലേയ്ക്ക് താണിരുന്നു.

പടന്നുകയറിയ കളകൾ ഒന്നൊന്നായി അയാൾ പിഴുതെറിഞ്ഞു. തൂമ്പാ എടുത്തുകൊണ്ടുവന്ന് ചുവടുകൾ നന്നായി ഇളക്കി തടമുണ്ടാക്കി. പാവൽ വള്ളികൾക്ക് പടരാൻ കമ്പുകളും നാട്ടികൊടുത്തു. പിന്നെ ചാണകപൊടി വാരി തടത്തിലിട്ടു. ബക്കറ്റിൽ വെള്ളം പിടിച്ച് ചെടികളുടെ തടങ്ങളിലൊഴിച്ചു. നീളമുള്ള തോട്ടികമ്പിന്റെ അറ്റത്ത് ഒരു അരിവാൾ വച്ച്കെട്ടി പൊക്കമുള്ള പ്ലാവിന്റെ നെറുകയിൽ നിന്ന് ഒരു ചക്ക അറുത്തു താഴെയിട്ടു. അതു ചുമന്നുകൊണ്ടുവന്ന് പുറംതൊലി ചെത്തി വെട്ടി നുറുക്കി ഉപ്പുനീരുതളിച്ച് പശുക്കിടാവിന്റെ മുന്നിലേ യ്ക്കിട്ടുകൊടുത്തു. ആർത്തിയോടെ പശുക്കിടാവ് ചക്ക തിന്നുന്നതും നോക്കി അയാൾ കുറെനേരം നിന്നു.

പച്ചക്കറിചെടികൾക്ക് നനയ്ക്കുക, വളമിടുക, പശുക്കുട്ടിക്ക് പുല്ല രിയുക, തൊഴുത്തു കഴുകി വൃത്തിയാക്കുക തുടങ്ങിയ ജോലികൾ പതിവായി സമയബന്ധിതമായി അയാൾ ചെയ്തു തുടങ്ങി. രാവിലത്തെ ഉറക്കമുണരൽ, പ്രഭാത നടത്തം, പത്രവായന, വൈകു ന്നേരത്തെ ഗ്രന്ഥശാല സന്ദർശനം തുടങ്ങി മറ്റിചില പതിവുകളും അയാളുടെ ജീവിതത്തിന്റെ ഭാഗമായി.

ഇത്തരം പതിവുകളുടെ അകമ്പടിയോടെയുള്ള ഏതാനും ദിവസങ്ങൾക്കുശേഷം പച്ചക്കറിമൂല സന്ദർശിക്കവേ അയാൾ വല്ലാതെ അതിശയപ്പെട്ടു. ചെടികളിൽ തലകളുടെ എണ്ണം വർദ്ധിച്ചിരിക്കുന്നു. അവർക്ക് നല്ല കൊഴുപ്പും. പാവൽതലപ്പുകൾ കമ്പുകളിൽ കയറി ജൈത്രയാത്ര ആരംഭിച്ചിരിക്കുന്നു. അവിടവിടെ ഏതാനും പൂക്കളും. സന്തോഷത്തോടെ അതുതന്നെ നോക്കി നിൽക്കുമ്പോൾ തൊഴുത്തിൽ നിന്നും പശുക്കുട്ടിയുടെ നീണ്ട കരച്ചിൽ. പതിവിൽ നിന്ന് വ്യത്യസ്തമായ ഒരു മുഴക്കവും ഈണവും അതിനുണ്ടായിരുന്നു. വേഗം അവിടേയ്ക്ക്. കൊടുത്ത പുല്ലും ചവറും തീർന്നിട്ടില്ലല്ലോ. അതിനോട് താല്പര്യവും കാട്ടിയില്ല. കൂടുതൽ പരിശോധനയിൽ അയാൾക്ക് കാര്യം പിടികിട്ടി. പശുകുട്ടിക്ക് കോളാണ്. അയാൾ ആവേശത്തോടെ വീട്ടുകാരത്തിയെ വിളിച്ചു വരുത്തി, എല്ലാം കാട്ടി കൊടുത്തു. സാധാരണയിൽ നിന്നും വ്യത്യസ്ഥമായി അയാളുടെ അരികിലേയ്ക്ക് ഏറെ അടുത്തു നിന്നാണ് അവരെല്ലാം ശ്രദ്ധിച്ചത്.

ചെയ്ത പ്രവർത്തികൾ ഫലം കാണവേ സംതൃപ്തിയുടെ ആത്മനിർവൃതിയുടെ ഉറവകൾ പൊട്ടിയൊഴുകി അയാളുടെ മനസാകെ നിറഞ്ഞു.

വെള്ളവും വളവും കണ്ട ചെടികൾ സന്തോഷംകൊണ്ട് മതി മറക്കുന്നത്. പിന്നീട് നിത്യവും അയാളറിഞ്ഞു. പശുക്കുട്ടിയുടെ മിഴികളിൽ നന്ദിയുടെ ചാലുകൾ പൊട്ടുന്നതും സ്നേഹത്തിന്റെ പൂവുകൾ വിരിയുന്നതും നോക്കി ഏറെനേരം നില്ക്കുന്നത് അയാളുടെ മറ്റൊരു പതിവായി മാറുകയും ചെയ്തു.

ഉയരങ്ങൾ തിരയുന്ന രാഹുൽ

പതിവിനു വിപരീതമായി ഒരക്ഷരവും ഉരിയാടാതെ നടക്കുന്ന രാഹുലിനോട് രമേശൻ ചോദിച്ചു;

നിനക്കിതെന്തുപറ്റി?

രാഹുൽ അതിനു മറുപടി പറഞ്ഞില്ല. പകരം ഏതോ അഗാധമായ ചിന്തകളിലേക്ക് അിറയാതെ വഴുതി. പക്ഷികളോടും ശലഭങ്ങളോടും മാത്രമല്ല സസ്യജാലങ്ങളോടുപോലും സദാ സംസാരിച്ചുകൊണ്ടു നടന്ന രാഹുൽ. വീട്ടിൽ ചുറ്റിപ്പറ്റി നിൽക്കുന്നതിനേക്കാൾ, ക്ലാസ്സ് മുറിയിൽ ചടഞ്ഞുകൂടിയിരിക്കുന്നതിനേക്കാൾ, സ്കൂളിലേക്കും തുരിച്ച് വീട്ടിലേക്കുമുള്ള സഞ്ചാര സന്ദർഭങ്ങളെ വല്ലാതെ സ്നേഹിച്ച രാഹുൽ. ആ യാത്രക്കിടയിലെ വിസ്മയക്കാഴ്ച്ചകളിൽ സ്വയം അലിയുന്ന രാഹുൽ.

ഇരട്ടത്തലച്ചികൾ കൂടുകൂട്ടുന്ന കാട്ടു പൊന്തകൾ, സ്നേഹപ്പുല്ലുകൾ വളരുന്ന ഇടവഴികൾ. ഏറുപുല്ലുകൾ വളരുന്ന മൊട്ടക്കുന്ന്. ഓന്തുകൾ ഓടിയൊളിക്കുന്ന പാറക്കൂട്ടങ്ങൾ, മാടത്തകൾ കൂടുകൾ ചമയ്ക്കുന്ന ഉണക്കമരങ്ങൾ തുടങ്ങി എന്തെല്ലാം കാഴ്ച്ചകൾ.

പക്ഷിക്കൂട്ടുകൾ കണ്ടുപിടിക്കുന്നതിൽ, ഓന്തുകളുടെ സെൻസ് എടുക്കുന്നതിൽ, ശലഭവേട്ടയുടെ കാര്യത്തിൽ എല്ലാം രാഹുൽ തന്നെയായിരുന്നു മുമ്പിൽ. രാഹുലിനെ പിന്നിലാക്കാൻ ആർക്കും കഴിയുമായിരുന്നില്ല. എന്തെങ്കിലും അത്ഭുതങ്ങൾ കണ്ടുപിടിച്ച് രാഹുൽ പറയും:

ഒരിടത്തൊരിടത്തൊരു കുരുവിക്കൂട്... ഒരിടത്തൊരിടത്തൊരു ഓന്തച്ചൻ... ഒരിടത്തൊരിടത്തൊരു ശലഭച്ചേട്ടൻ... കണ്ടുപിടിക്കുന്നവർക്കൊരു കടലമിഠായി.

ആരും അത് കണ്ടെത്തുകയില്ല. അവസാനം രാഹുൽ തന്നെ അത് കാട്ടിക്കൊടുക്കും. എന്നിട്ട് പറയും:

കണ്ണുണ്ടായാൽ പോരാ കാണണം.

വീട്ടിൽ നിന്ന് സ്കൂളിലും തിരിച്ച് വീട്ടിലും എത്തുന്നത് ആരും അറിയില്ല. അത്രമാത്രം ഉല്ലാസഭരിതമായിരുന്നു അവരുടെ യാത്രകൾ. ആ രാഹുലാണ് ഇപ്പോഴിങ്ങനെ.

പൊടുന്നനെ വന്നു'ഭവിച്ച ഒരു മാറ്റം. ആഹാരം കഴിക്കും. പക്ഷേ വയറ് നിറയുകയില്ല. ഉറങ്ങാൻ കിടക്കും; ഉറക്കം വരില്ല. പുസ്തകം തുറന്നുവയ്ക്കും; വായിക്കാനാവില്ല. കളിക്കോപ്പുകൾ കൊണ്ടുനടക്കും; കളിക്കുകയില്ല. തുമ്പികൾ പറക്കുന്നത് അവനിപ്പോൾ കാണുന്നില്ല. ഓന്തുകളുടെ നിറംമാറ്റം അറിയുന്നില്ല. ഇരട്ടത്തലച്ചികളുടെ മുട്ടകൾ വിരിഞ്ഞോ എന്ന് നോക്കാറില്ല. കുരുവികളുടെ ചൂളംവിളിയോ മാടത്തകളുടെ കലപിലയോ അവന്റെ കാതുകളിൽ വീഴാറുമില്ല.

നിലാകാശത്ത് ഒരു മേഘപടലം ഉരുണ്ടുകൂടിയാൽ രാഹുലിന്റെ മുഖം വാടും. നേരിയ കാറ്റ് വീശിയാൽ ചെവി വട്ടം പിടിക്കും. ഓർക്കാപ്പുറത്ത് ഒരിടി മുഴങ്ങിയാൽ നടുങ്ങിത്തെറിക്കും. അടുക്കളയിൽ അലൂമിനിയ പാത്രങ്ങൾ നേരിയ വിറയലുണ്ടായാൽ ചാടിയെണീക്കും. രാഹുലിപ്പോൾ സദാ സമയവും ആലോചിക്കുന്നത് ഇതൊക്കെയാണ്. ആ സൈറൺ മുഴങ്ങുന്നതെപ്പോഴാണ്? ആംബുലൻസുകളും ഫയർ എഞ്ചിനികളും പാഞ്ഞുവരുന്നുണ്ടോ? ആർത്തനാദങ്ങൾ പൊങ്ങുന്നുണ്ടോ? വീടിനടുത്തുള്ള ഏറ്റവും പൊക്കമുള്ള കുന്നേത്? ഓടിക്കയറുവാൻ പറ്റിയ പാറക്കെട്ടെവിടെ? ഏണിചാരിയാൽ കയറിപ്പറ്റുവാൻ പറ്റിയ ശിഖരപ്പടർപ്പുള്ള മരങ്ങൾ?

ഇതൊന്നുമല്ലാതെ മറ്റൊന്നിനേപ്പറ്റിയും രാഹുലിനിപ്പോൾ ചിന്തിക്കാനാവുന്നില്ല. കാരണം പൊട്ടാൻ കാത്തുനിൽക്കുന്ന ഒരണക്കെട്ടിനുതാഴെ, പുഴയോരത്ത്, ചെറിയൊരു കാറ്റുവീശിയാൽ പോലും നിലംപതിക്കുന്ന ഒരു കൊച്ചുകൂരയിലാണ് അവന്റെ വാസം. അതിനുള്ളിൽ പാറമടയിലെ പണികഴിഞ്ഞ് ക്ഷീണിച്ചുറങ്ങുന്ന അച്ഛനുണ്ട്. കൊളുന്തുനുള്ളി തളർന്ന അമ്മയുണ്ട്. ഒന്നുമറിയാതെ മയങ്ങുന്ന ശാലിനിമോളുണ്ട്. പക്ഷപാതം പിടിപെട്ട് തളർന്നുകിടക്കുന്ന മുത്തച്ഛനുമുണ്ട്.

കസ്തൂരിക്കാറ്റ്

ഓർക്കാപ്പുറത്ത് പൊട്ടിപ്പുറപ്പെട്ട ഒരു കൊടുങ്കാറ്റുപോലെയാണ് അയാൾ നാൽക്കവലയിൽ പ്രത്യക്ഷപ്പെട്ടത്. ഇടതുകയ്യിൽ ഒരു കന്നാസും സിഗരറ്റ് ലാമ്പും. വലതു കൈയ്യിൽ ഒരു ചെറിയ പന്തം. വന്നതേ ഒരു ചെപ്പടിവിദ്യക്കാരനെപ്പോലെ കൈകൊട്ടിയും വിസിലടിച്ചും ശബ്ദമുണ്ടാക്കി ആളുകളുടെ ശ്രദ്ധതിരിച്ചു. കുറേപേർ ശ്രദ്ധിച്ചു തുടങ്ങിയപ്പോൾ അയാൾ പറഞ്ഞു.

സുഹൃത്തുക്കളെ, എന്റെ കൈയ്യിൽ ഒരു കന്നാസും സിഗരറ്റ് ലാമ്പും പന്തവുമുണ്ട്.

അതുകൊണ്ട് ഞാനൊരു വേലകാണിക്കാൻ പോകുവാ. ഇതിനുമുമ്പ് മറ്റാരും ചെയ്തിട്ടില്ലാത്ത ഞാൻ തന്നെ ആദ്യമായി പരീക്ഷിക്കുന്ന ഒരു നമ്പർ.

ആൾക്കൂട്ടം സാകൂതം അതു ശ്രദ്ധിച്ചു തുടങ്ങിയെന്ന് ഉറപ്പായപ്പോൾ അയാൾ കന്നാസ് തുറന്ന് പെട്രോൾ സ്വന്തം ദേഹത്തും വസ്ത്രത്തിലും പന്തത്തിലും ഒഴിച്ചു. അനന്തരം സിഗരറ്റ് ലാമ്പ് കത്തിക്കാനൊരുങ്ങവെ, ആൾക്കൂട്ടം വേല കാണാനായി കാത്തുനില്ക്കവേ, തികച്ചും അപ്രതീക്ഷിതമായിട്ടാണ് ഒരു സ്ത്രീ ഓടിപ്പാഞ്ഞുവരുന്നത്. മെലിഞ്ഞു ക്ഷീണിച്ച വിവശയായ ഒരു രൂപം. അവർ ആൾക്കൂട്ടത്തിനോടായി അലറിവിളിച്ചു പറഞ്ഞു:

'അയ്യോ രക്ഷിക്കണേ... അതെന്റെ കെട്ടിയോനാന്നേ ചെപ്പടിവിദ്യക്കാരനല്ലേ ചാവാൻ തന്നെയാന്നേ രക്ഷിക്കണേ... രക്ഷിക്കണേ...'

പിന്നെ വളരെ പെട്ടെന്നാണ് ആൾക്കൂട്ടം അയാളിലേയ്ക്ക് പടർന്നു കയറിയത്. ഏറെ നേരത്തെ മൽപിടുത്തത്തിനൊടുവിൽ രണ്ടുമൂന്നു ചെറുപ്പക്കാർ ചേർന്ന് അയാളെ കീഴ്പ്പെടുത്തുകയായിരുന്നു. അവസാനം വിവശനായി തളർന്നു വീണ അയാളുടെ മാറിൽ മുഖം

ചേർത്തു വച്ച് ആ പാവം സ്ത്രീ പൊട്ടിക്കരഞ്ഞു. എന്താണ് സംഭവിച്ചത് എന്ന ആൾക്കൂട്ടത്തിന്റെ ചോദ്യത്തിന് അവർ നൽകിയ ദയനീയമായ മറുപടി ഇങ്ങനെ:

ഒത്തിരി കഷ്ടപ്പെട്ടാ മോടെ വിവാഹം ഉറപ്പിച്ചത്. കിടപ്പാടം വിറ്റ് കല്യാണം നടത്താനായിരുന്നു പ്ലാൻ. അഡ്വാൻസും വാങ്ങി. അപ്പോഴാ ആ നശിച്ച റിപ്പോർട്ടിന്റെ പേരിലുള്ള കോലാഹലങ്ങൾ. കച്ചവടം മുടങ്ങി. വിവരം അിറഞ്ഞതേ സമനില തെറ്റിയതാ. കെട്ടിത്തൂങ്ങാനും ഡാമിൽ ചാടാനമൊക്കെ നോക്കിയതാ. അവസാനം ദാ ഇങ്ങനേം.

പ്രണയം

“ഇന്നെങ്കിലും ഒന്നു മിണ്ടാൻ തോന്നിയല്ലോ.”

“കാണുമ്പോഴെല്ലാം ഞാൻ മിണ്ടുന്നുണ്ടായിരുന്നു”

“ഉവ്വോ”

“നാവുകൊണ്ടല്ല, കണ്ണുകൾക്കൊണ്ട്.
ഹൃദയംകൊണ്ട്”

“മതി, എനിക്കു സന്തോഷമായി”

അവൾ തുള്ളിച്ചാടി.

പെണ്ണമ്മനാടകം

ഒന്നാമങ്കം: വെളുപ്പാൻകാലത്തെ വാങ്കുവിളികേട്ട് ഞെട്ടിയു ണർന്ന്, കെട്ടിയോന്റെ കയ്യടർത്തി മാറ്റിവച്ച്, കരി മുടിനാരുകൾ വാരിക്കെട്ടി, കുട്ടി ഓലിന്ന് വെള്ളം തെപ്പി, ചാരം വാരി ചട്ടിയിൽ വച്ച്, ചുള്ളിക്കമ്പുകൾ ഒടിച്ചുകൂട്ടി, കടലാസുകത്തിച്ച് തീപിടിപ്പിച്ച്, കരിക്കലം തേച്ച് വെള്ളമെടുത്ത് അടുപ്പത്തു കേറ്റുമ്പോൾ കിഴക്ക് വെള്ളകീറും.

രണ്ടാമങ്കം: ഗോതമ്പുപൊടി കുഴച്ച്, വാഴയിലയിൽ പരത്തി ഓട്ട ക്കലത്തിലിട്ട് ചുട്ട്, കയ്യിൽ പിടിപ്പിച്ച് ഇളയതിനെ തീറ്റിച്ചതിനുശേഷം മൂത്തവളുടെ തലകോതി, വെട്ടുതു ണികൊണ്ടുകെട്ടി, ഇളയവളുടെ മോന്തകഴുകി, മൂക്കുപി ഴിഞ്ഞ്, പുസ്തകപ്പൈസ പിന്നെന്നു പറഞ്ഞ് യാത്രയാ ക്കുമ്പോൾ പണിക്കു പോകാനുള്ള സമയം കഴിയും. കെട്ടിയോന്റെ കൂർക്കംവലി തുടർന്നുകൊണ്ടിരിക്കും.

മൂന്നാമങ്കം: താമസിച്ചതിനൊരു കള്ളംപറഞ്ഞ്, അകംതൂത്ത്, അടുക്കളതുത്ത്, സാറിന്റെ കണ്ണിൽ മാറുപെടാതെ മുറിതൂത്ത്, മുറ്റം തൂത്ത്, വെള്ളംകോരി കുട്ടകംനിറച്ച്, പാത്രം കഴുകി, കക്കൂസുകഴുകി, തൊഴുത്തു കഴുകി, അടു ക്കളയിലും സഹായിച്ച് നട്ടുച്ചനേരത്ത് പഴം കഞ്ഞി മോന്തി, കണ്ണോ കാതോ പടപ്പെട്ടിക്കുകൊടുക്കാതെ, നടുവൊന്നു നിവർക്കാതെ, വീണ്ടും തേച്ചുമഴക്കി, വിഴു പ്പലക്കി, അരിയാട്ടി, കൂലിയും വാങ്ങി, തലയിലൊരു ചക്കപ്പൊതിയും കരവലയത്തിൽ ഉണക്കച്ചുള്ളിയുമായി, മഴനനഞ്ഞ് കുടണഞ്ഞപ്പോൾ പൊട്ടസ്ലേറ്റ് തലയിൽ ചൂടി പൈതങ്ങളുടെ വരവ്.

നാലാമങ്കം: അടമിച്ചമെട്ടുത്ത് അതുങ്ങക്കുംകൊടുത്ത്, കലംതേച്ച് വെള്ളമെടുത്ത് അടുപ്പത്തുകേറ്റി ചുള്ളികൂട്ടി തീ പിടിപ്പിച്ച്, തീക്കൊള്ളി നീക്കിവെക്കാൻ പറഞ്ഞ് ഉപ്പും മുളകും ഉണക്കമീനും അരീം മണ്ണെണ്ണേം വാങ്ങി വന്നപ്പോൾ ഇരുണ്ടു.

അഞ്ചാമങ്കം: അരി തിളച്ചുമറിഞ്ഞ നേരത്തുതന്നെ വാതിൽച്ചെറ്റയിൽ ലഹരിപ്പാട്ടിന്റെ മുട്ട്. തുറക്കാൻ വൈകിയപ്പോൾ അകത്താരൊടീന്ന് ചോദ്യം. എന്റെ മറ്റോനെന്ന് ഉത്തരം. എങ്കിലിങ്ങോട്ടിറക്കിവിടെന്ന് അയാൾ. ദേ എന്നെക്കൊണ്ടൊന്നും പറേപ്പിക്കരുതെന്ന് അവൾ. നീ എന്തോന്നു പറയാനെന്ന് അയാൾ. എന്റെ സർവ്വാംഗം വിറയ്ക്കുന്നുവെന്ന് അവൾ. തട്ടുംമുട്ടും. കഞ്ഞിക്കലം ഉടയുന്നു. പാത്രങ്ങളുടെ ഷെയിപ്പുമാറുന്നു. നീ മുടിഞ്ഞു പോകുമെന്ന് അവൾ. നിന്നെ കൊന്നുകളയുമെന്ന് അയാൾ. അടി, ഇടി, കരച്ചിലുകൾ. പശ്ചാത്തലത്തിൽ കുട്ടികളുടെ കരച്ചിൽ സംഘഗാനംപോലെ.

പരിസമാപ്തി: പൊട്ടലും ചീറ്റലും വെടിയും പടയുമെല്ലാം കഴിഞ്ഞ് കൂർക്കം വലിയുടെ ശബ്ദം ഉയർന്നുപൊങ്ങിയപ്പോൾ പെണ്ണമ്മ തിരിഞ്ഞ് അയാളുടെ അരികുചേർന്നു കിടന്നു. അഞ്ചുമണിയുടെ വാങ്കുവിളികേട്ട് വീണ്ടുമുണരാൻ.

വാക്ക്

ചെത്തി മിനുക്കി കാച്ചിക്കുറുക്കി സൃഷ്ടിച്ചെടുത്ത ഒരു കൊച്ചുകവിത. അവസാനത്തെ വരിയിലെ വാക്കുകൾ കൂട്ടിച്ചേർക്കുന്നതിനിടയിലെ കൈവിറയൽ മൂലം മാറ്റിവെച്ചതാണ്. ചില വാക്കുകൾ തൃപ്തി തരുന്നില്ല. ഇപ്പോൾ സംവത്സരങ്ങൾ പിന്നിടുന്ന ഈ വൈകിയ വേളയിലും ആ വാക്കുകൾ പിടി തരാതെ മാറി നിൽക്കുന്നു. പക്ഷെ എനിക്കീ കവിത പൂർത്തിയാക്കാതെ പറ്റില്ല. കാരണം ഇതെന്റെ ജീവനാണ്. ജീവിതമാണ്:

വാക്കുകളെ കനിഞ്ഞാലും.

രതിഭാഷ

വിശന്നു പൊരിഞ്ഞപ്പോൾ ഒരു തുണ്ട് റൊട്ടിക്കും ~ഒരു ഗ്ലാസ് വെള്ളത്തിനും അലയേണ്ടി വന്നത് ദിവസങ്ങളോളം. ഭാഷ യായിരുന്നു പ്രധാന തടസ്സം.

വയറുനിറഞ്ഞപ്പോൾ നുരഞ്ഞു പൊന്തിയ മറ്റൊരു കൊതിയുടെ ദാഹം തീർക്കുവാൻ അവന് പക്ഷെ ഭാഷ ഒരു തടസ്സമായതേയില്ല. ഇതര ഭാഷാ ശരീരമായിട്ടും സമഗ്രമായ ഒരൊറ്റ നോട്ടം കൊണ്ടുത ന്നെ അവനത് സാധ്യമാക്കി.

മലയെഴുത്ത്

കാടുവെട്ടിയവരും നിലമൊരിക്കയവരും കള പറിച്ചവരും മലയിറങ്ങിപ്പോയി. ഇനി കൊയ്ത്തുകാരുടെ ഊഴം.

ഒന്നിനു പുറകെ ഒന്നായി മല കയറി വരുന്ന ജെ.സി.ബി.കൾ.

മാറി മാറി വന്നു പോകുന്ന ടിപ്പറുകൾ.

ഹനുമാൻ കരങ്ങളിലെ മരുത്വാ മലകൾ എന്നപോലെ പറന്നു പോകുന്നത് ഒരായിരം മലകൾ.

പത്രാധിപർ നിരസിച്ച കവിതകൾ

കുത്തില്ല. കോമയില്ല. വൃത്തമില്ല. അലങ്കാരമില്ല. കോഴി ചികഞ്ഞതുപോലെ അക്ഷരങ്ങൾ

അതും തലകീഴായി. ആദ്യം തുടങ്ങേണ്ട വാക്ക് അവസാനം. കുറിച്ചുവയ്ക്കുന്ന തോ സിഗരറ്റ് പാക്കറ്റയറിലും. കീറക്കടലാസിലും. ഇത്യാദി കാരണങ്ങളാൽ മുഖ്യധാരയിലൊന്നും അവന്റെ പേര് തെളിഞ്ഞിരുന്നില്ല.

ഉന്മാദ ലഹരിയിൽ ഉറവ വറ്റിയ കൈത്തോട്ടിൽ വീണ് കുർക്കം

വലിച്ചുറങ്ങിയ അവനെ തുലാവർഷവെള്ളം ശ്വാസം മുട്ടിച്ച് കൊന്നപ്പോൾ എല്ലാ മാധ്യമങ്ങളും

ആഘോഷിച്ചത് ഇപ്രകാരം:

അവൻ കവിയായിരുന്നു. ഹൃദയരക്തത്തിൽ സ്വന്തം വിരൽമുക്കി എഴുതിയ കവിതകൾ.

മഞ്ഞ മരണം

ടിക്... ടിക്... ടിക്...

ജനൽ പാളിയിൽ ആരോ താളമിടുന്നത് കേട്ടാണ് കണ്ണു തുറന്നത്. വിന്റോ കർട്ടൻ നീക്കി നോക്കുമ്പോൾ ഒരു മഞ്ഞക്കിളി. ജനാലയോട് ചേർന്നു കിടക്കുന്ന കസ്സേരച്ചാരിൽ ഇരുന്ന് ജനാലച്ചില്ലിൽ കൊത്തുകയാണ്. അകത്തു നിന്നു നോക്കിയാൽ പുറം കാണാവുന്ന ചില്ല്. പുറത്തുനിന്ന് നോക്കിയാൽ അകം കാണാനാവാത്ത ചില്ല്. അതുകൊണ്ട് കിളി എന്നെ കാണുന്നില്ല. എന്നാൽ തൊട്ടടുത്ത് ജനൽപാളിയോട് ചേർന്ന് കേവലം ഒരടി മാത്രം അകലത്തിൽ നിന്നുകൊണ്ട് എനിക്കെല്ലാം കാണുകയും ചെയ്യാം.

ചുണ്ടുകൊണ്ടുള്ള താളം മുറുകിയപ്പോൾ ഞാൻ കൈ ഉയർത്തി വീശുകയും "ശ്ശൂ" പോടി ശബ്ദമുണ്ടാക്കുകയും ചെയ്തു. എന്നാൽ കിളി അതൊന്നും അറിയുന്നുണ്ടായിരുന്നില്ല. ഞാൻ വാതിൽ തുറന്ന് വരാന്തയിലിറങ്ങി കൈകൊട്ടി ശബ്ദമുണ്ടാക്കിയപ്പോൾ ഒരു പ്രത്യേക ശബ്ദത്തോടെ പറന്നുപോകുകയും ചെയ്തു.

അടുത്ത ദിവസവും കിളി വന്നു. ഏതാണ്ട് അതേ സമയം തന്നെ. ചുണ്ടുകൾകൊണ്ടുള്ള താളം മുറുകിയപ്പോൾ ഞാൻ അതിനെ (അത് ആണോ പെണ്ണോ എന്ന് എനിക്കറിയില്ല എന്നിരുന്നാലും ഞാനതിനെ അവൻ എന്നു വിളിക്കുന്നു) കൂടുതൽ ശ്രദ്ധയോടെ നിരീക്ഷിച്ചു. അപ്പോൾ എനിക്കൊരു കാര്യം ബോധ്യമായി. തന്റെ പ്രതിബിംബം നോക്കിയാണ് അവൻ ഇങ്ങനെ താളമിടുന്നത്. തന്റെ ഇണയോ കാമുകനോ മതാപിതാക്കളോ സഹോദരങ്ങളോ ആരെങ്കിലുമെന്നു ധരിച്ചാവും ഈ കലാ പ്രകടനം. അല്ലെങ്കിൽ തനിക്കെതിരെ തന്നേപ്പോലെ തന്നെ മറ്റൊരു പ്രതിയോഗിയോ എന്നു ധരിച്ചിട്ടുമാകാം.

മിക്കവാറും എല്ലാ ദിവസങ്ങളിലും ഏതാണ്ട് ഒരേ സമയം തന്നെ കിളി എത്തിച്ചേരുകയും തന്റെ ദൗത്യം തുടരുകയും ചെയ്തു. അവനെ നിരന്തരം വീക്ഷിക്കുക എന്നത് എന്റെ ഒരു ഹോബിയായി മാറുകയായിരുന്നു. അതിലൂടെ ഒരു കാര്യം എനിക്കുറപ്പായി. കരിയിലപ്പിടകൾ, ഇരട്ടവാലൻ, ഓലേഞ്ഞാലി, ചെറിയ ഇനം മരംകൊത്തികൾ, ചില പ്രത്യേക തരം കുരുവികൾ തുടങ്ങിയ പക്ഷിക്കൂട്ടങ്ങൾക്കൊപ്പമാണ് അവന്റെ വരവ്. പക്ഷികളുടെ റൗണ്ട് മുറ്റത്ത് എത്തുമ്പോൾ അവൻ മാത്രം കൂട്ടം തെറ്റി ജനാലയെ സമീപിക്കും. പതിവു ജോലികൾ ആരംഭിക്കുകയും ചെയ്യും. മറ്റുള്ളവർ അകന്നുപോയാലും അവൻ തന്റെ കൊത്തുപണികൾ തുടർന്നുകൊണ്ടിരിക്കും. ഏതെങ്കിലും തരത്തിലുള്ള ശബ്ദമോ ആളനക്കമോ ഉണ്ടായെങ്കിൽ മാത്രമേ അവൻ പറന്നു പോയിരുന്നുള്ളൂ. മിക്കപ്പോഴും ഞാൻ തന്നെയാണ് അവനെ ഉണർത്തിയിരുന്നത്.

വീട്ടിൽ മറ്റാരും ഇല്ലാതിരുന്ന ഒരു ദിവസം ഞാൻ കുറെ കൂടുതൽ സമയം അവന് വിട്ടുകൊടുത്തു. അവൻ കൊത്തിനു വേഗത കൂട്ടുകയും ഓരോ നിമിഷം കഴിയുന്തോറും ഒരു തരം ഭ്രാന്തമായ അവസ്ഥയിൽ എത്തിച്ചേരുന്നതായും ഞാൻ കണ്ടു. ബാധകയറിയതുപോലെയുള്ള അവന്റെ പ്രകടനം സഹിക്കാനാവാതെ അവസാനം ഞാനവനെ ഓടിച്ചു വിടുകയായിരുന്നു. അവനെ സ്പർശിക്കുവാൻ പകത്തിൽ അടുത്തു ചെന്നു കഴിഞ്ഞാണ് അവൻ പിൻമാറിയത്.

ഒരു ദിവസം വീടെല്ലാം അടച്ചുപൂട്ടി കുടുംബസമേതം ഞങ്ങളൊരു യാത്രപോയി. രണ്ടു ദിവസം കഴിഞ്ഞാണ് മടങ്ങിയത്. വരാന്തയിൽ കയറിയതേ അടികൊണ്ടതുപോലെ ഞാനൊന്നു നടുങ്ങി. ജനാലയ്ക്കരുകിലെ കസ്സേരയിൽ അവന്റെ ജഡം. ഞാൻ ചിറകിൽ പിടിച്ച് പൊക്കി നോക്കി. തൂവലുകൾക്കിടയിലൂടെ ശവംതീനിയുറുമ്പുകളുടെ ആർത്തി. കട്ടിപിടിച്ച രക്തം ആ മഞ്ഞച്ചുണ്ടുകളെ ചുവപ്പിച്ചിരിക്കുന്നു. നുരയും പതയും ഉണങ്ങി കട്ടപിടിച്ചിട്ടുണ്ട്.

ഒരു നിമിഷത്തേയ്ക്ക് എന്റെ ശ്വാസം നിലച്ചുപോയി. ഏതോ പ്രിയപ്പെട്ടവരുടെ ദേഹവിയോഗംപോലെ ഒരു തളർച്ച എന്നെ ബാധിച്ചു. എല്ലാം മറന്നുപോയ കുറെ നിമിഷങ്ങൾ.

അവനെ നന്നായി മനസ്സിലാക്കിയിരുന്ന ഒരാൾ എന്ന നിലയിൽ എന്താണു സംഭവിച്ചതെന്ന് എനിക്ക് കൃത്യമായി നിർവ്വചിക്കുവാനാകും:.

പതിവുപോലെ പക്ഷിക്കൂട്ടങ്ങൾക്കൊപ്പം അന്നും അവൻ പറന്നുവന്നു. വീടിനടുത്ത് എത്തിയപ്പോൾ കൂട്ടംതെറ്റി വരാന്തയിലേയ്ക്ക്.

വരാന്തയിൽ കിടന്ന കസ്സേരയുടെ ചാരിൽ കയറിയിരുന്ന് പതിവു ദൗത്യം തുടങ്ങി. ശ്രദ്ധ തിരിക്കാൻ ആരുമില്ലാതിരുന്നതിനാൽ കൊത്തു പരിപാടി നീണ്ടു. സമയം പോയതൊന്നും അവൻ അറിഞ്ഞില്ല. വിശപ്പോ ദാഹമോ തോന്നിയില്ല. ദിവസങ്ങളായി തുടരുന്ന തന്റെ യത്നം വിജയിക്കാത്തതിനാൽ അവൻ വേദനിച്ചു. വല്ലാതെ നൊമ്പരപ്പെട്ടു. രണ്ടിലൊന്നറിയാതെ പിന്നോട്ടില്ലെന്ന് അവൻ ശപഥം ചെയ്തു.

അവൻ അവന്റെ പണി തുടർന്നുകൊണ്ടേയിരുന്നു. ജനൽ ചില്ലുകൾ പൊട്ടിച്ച് ആ പ്രതിബിംബം തന്നോടൊപ്പം ചേരുമെന്ന ഉൽക്കടമായ ആഗ്രഹത്തിൽ, അതിന്റെ ഉന്മാദ ലഹരിയിൽ എല്ലാമെല്ലാം മറന്ന് കൊത്തിക്കൊത്തി അവൻ സമാധിയടയുകയായിരുന്നു.

മരവിച്ച അവന്റെ ജഡത്തിൽ നോക്കി ഒരേ നിപ്പിൽ ഞാൻ എത്രനേരം നിന്നുവെന്ന് എനിക്കോർമ്മയില്ല. 'നിങ്ങൾക്കിത് എന്തുപറ്റിയെന്ന' 'ഭാര്യയുടെ ചോദ്യം കേട്ടാണ് ഞാൻ സമനില വീണ്ടെടുത്തത്.

അവൻ തലതല്ലി മരിച്ചു എന്ന യാഥാർത്ഥ്യത്തിനു മുമ്പിൽ തലകുനിച്ചു നിൽക്കുമ്പോൾ എന്നെ വിടാതെ ദിവസങ്ങളോളം പിന്തുടർന്ന ഒരു ചോദ്യമുണ്ട്. ആ പ്രതിബിംബത്തിൽ അവൻ ദർശിച്ചത് ആരുടെ മുഖമായിരുന്നു?

അവന്റെ അമ്മയുടെ?

അച്ഛന്റെ?

സഹോദരന്റെ?

കാമുകിയുടെ?

വേർപെട്ടുപോയ തന്റെ പ്രിയതമയുടെ?

ഒരു തെരഞ്ഞെടുപ്പ് കഥ

ഗ്രാമപഞ്ചായത്ത് തെരഞ്ഞെടുപ്പിൽ മത്സരിച്ച് തോറ്റ ഭരണ കക്ഷി സ്ഥാനാർത്ഥിയുടെ തെരഞ്ഞെടുപ്പ് പോരാട്ടവു മായി ബന്ധപ്പെട്ട ചില കണക്കുകളാണ് ഈ കഥയിലെ പരാമർശ വിഷയം.

ലിസ്റ്റിൻ പ്രകാരം വാർഡിലെ വോട്ടർമാരുടെ ആകെ എണ്ണം ആയിരത്തി അഞ്ഞൂറായിരുന്നു. ഇതിൽ പുരുഷന്മാരുടെ എണ്ണം എഴുനൂറ്റി നാൽപ്പതും സ്ത്രീകളുടെ എണ്ണം എഴുനൂറ്റി അറുപതുമായിരുന്നു. മരിച്ചവരും സ്ഥലം വിട്ട് പോയവരും കഴിച്ച് ബാക്കി ആയിരത്തി നാനൂറ്റിപ്പത്ത്.

ഇരുപത്തിയൊന്ന് ദിവസം നീണ്ടുനിന്ന കഥാപുരുഷന്റെ തെര ഞ്ഞെടുപ്പ് പ്രവർത്തനങ്ങൾക്കായി ദൈനംദിന പ്രവർത്തനങ്ങളിൽ മുഴുകിയവരുടെ ശരാശരി എണ്ണം നൂറ്റിപ്പത്തും തെരഞ്ഞെടുപ്പ് പ്രവർ ത്തനങ്ങളുടെ സമാപനം കുറിച്ച് കൊണ്ടുള്ള പടുകൂറ്റൻ റാലിയിൽ പങ്കെടുത്തവർ എഴുനൂറ്റി നാൽപ്പതും വോട്ടുകൾ ഒന്നുകൂടെ ഉറപ്പാക്കാൻ വേണ്ടി പോളിങ്ങിന്റെ തലേന്ന് രാത്രിയിൽ പന്തലുകെട്ടി നടത്തിയ വിരുന്ന് സൽക്കാരത്തിൽ പങ്കെടുത്തവരുടെ എച്ചിൽഇലകൾ എണ്ണി നോക്കുമ്പോൾ കിട്ടിയത് എഴുനൂറ്റി നാൽപ്പത്തി അഞ്ചുമായിരുന്നു.

പിറ്റേന്ന് പെട്ടിയിൽ വീണ ആകെ വോട്ടുകൾ എണ്ണൂറ്റി എഴുപ ത്തിഅഞ്ചും. അത് എണ്ണിയപ്പോൾ കിട്ടിയത് ചുവടെ ചേർക്കുന്ന പ്രകാരവും.

അസാധു : പതിനേഴ്

റിബലിന് : നൂറ്റിയൻപത്

സ്വതന്ത്രൻ: ഇരുനൂറ്റി എഴുപത്

എതിർ സ്ഥാനാർത്ഥിക്ക് : നാന്യൂറ്റി ഇരുപത്തിയഞ്ച്

കഥാപുരുഷന് : പതിമൂന്ന്

എന്നിട്ടും കഥാപുരുഷൻ ബോധം കെട്ട് വീണില്ലെന്ന് തെരഞ്ഞെടുപ്പ് പ്രവർത്തനങ്ങൾക്ക് ചുക്കാൻ പിടിച്ച അനയായി പറഞ്ഞു.

രണ്ടാം വരവ്

മുമ്പ് ഒരിക്കലും കേട്ടിട്ടില്ലാത്ത ആരവവും ശബ്ദ കോലാഹലങ്ങളും കേട്ടാണ് സ്വാമി കണ്ണുതുറന്നത്. നടപ്പന്തലായിരുന്നു അതിന്റെ ഉത്ഭവകേന്ദ്രം. ശരണം വിഴികളാണ് മുഴങ്ങിയിരുന്നതെങ്കിലും അതിലെന്തോ താളപിഴയുള്ളതായി സ്വാമിക്കു തോന്നി. സമാധിയിൽ നിന്നുണർന്ന സ്വാമി ശ്രീകോവിലിൽ നിന്നും ഇറങ്ങി നടപ്പന്തലിലേക്കു നോക്കി. അതിശയിപ്പിക്കുന്ന ഒരു കാഴ്ച്ചയായിരുന്നു അവിടെ. സ്വാമി ഭക്തരുടെ രൂപമോ ഭാവമോ അടിമുടി നിറഞ്ഞുനിൽക്കേണ്ട ഭക്തി രസമോ ഒന്നും സ്വാമി അവരിൽ ദർശിച്ചില്ല. താടിയും മുടിയും നീട്ടിയവർ കുറവായിരുന്നു. നോമ്പുപോലും നോക്കാത്തവരായിരുന്നു അധികവും. ശരണം വിളികളിൽ ഭക്തിക്കുപകരം മറ്റെന്തോ ഒളിപ്പിച്ചു വച്ചിട്ടുള്ളതായി സ്വാമി തിരിച്ചറിഞ്ഞു. സൂക്ഷ്മമായ നിരീക്ഷണത്തിൽ ഇറച്ചിയും മീനും കഴിച്ചവരും തലേ രാത്രിയിൽപോലും ബ്രഹ്മചര്യം മുടക്കിയവരും അക്കൂട്ടത്തിലുണ്ടായിരുന്നു.

പിന്നെ ഒട്ടും വൈകിയില്ല. പതിനെട്ടാംപടി ഇറങ്ങി നടപ്പന്തലിലൂടെ ആൾബഹളത്തിനിടയിലൂടെ അകലെയുള്ള ഉൾക്കാടുകൾ ലക്ഷ്യമാക്കി അദ്ദേഹം നടന്നു. പുലിരാജനും പരിവാരങ്ങളും അദ്ദേഹത്തെ കാത്തു നിൽപ്പുണ്ടായിരുന്നു. അമ്പും വില്ലും ചാട്ടവാറുകളും അവിടെ ഒരുക്കി വച്ചിരുന്നു. സ്വാമിയെ കണ്ടതേ പുലിരാജൻ സ്വാമിക്കായി കുനിഞ്ഞുകൊടുത്തു. സ്വാമി പുലിപ്പുറത്തു കയറി നടപ്പന്തൽ ലക്ഷ്യമാക്കി പാഞ്ഞു. പരിവാരങ്ങൾ അനുഗമിച്ചു. നടപ്പന്തലിൽ എത്തിയതും ഒരു മുളക്കത്തോടെ ചാട്ടവാറടികൾ ഉയർന്നതും ഒരുമിച്ചായിരുന്നു. നടപ്പന്തൽ കാലിയാവാൻ പിന്നെ ഏറെ നേരം വേണ്ടിവന്നില്ല. അമ്പും വില്ലും പ്രയോഗിക്കേണ്ടിയും വന്നില്ല.

സ്വാമി പിന്നെ അവിടെ നിന്നതേയില്ല. കലാപകാരികളാൽ മലിനമാക്കപ്പെട്ട ശ്രീകോവിലിലേക്കു പോകുന്നതിനു പകരം അദ്ദേഹം മറ്റൊരുമല ലക്ഷ്യമാക്കിനടന്നു. ആ മലയുടെ ഉടമകൾ ആദിവാസികളായിരുന്നു.

അപൂർവ്വ ജന്തുസുകൾ

പുതിയ സ്ഥലത്ത് ആഫീസ് തലവനായി ചാർജ്ജ് എടുക്കുവാൻ വന്നതായിരുന്നു അയാൾ. രണ്ടാം നിലയിലെ ആഫീസ് സമുച്ചയങ്ങളിൽ ഒന്നിലായിരുന്നു അയാളുടെ ആഫീസ്. അവിടേയ്ക്കുള്ള കോവണിപ്പടികൾ കയറുമ്പോൾ ഇരുവശങ്ങളിലും വരാന്തയിലും ധാരാളം ജീവനക്കാർ അയാളെത്തന്നെ തുറിച്ചുനോക്കി നിൽക്കുന്നുണ്ടായിരുന്നു. ഏതോ ഒരു അപൂർവ്വ ജീവിയെ കാണുന്ന പ്രതീതിയായിരുന്നു അവരിലെല്ലാവരിലും. ആഫീസ് സമയത്ത് സ്വന്തം കാബിനിൽ ഇരിക്കുമ്പോഴും പല ജീവനക്കാരും ഹാഫ് ഡോറിനു മുകളിലൂടെ ഇതേ കൗതുകത്തോടെ നോക്കുന്നതും അയാൾ കണ്ടു. ആഫീസ് സമയം കഴിഞ്ഞു താമസസ്ഥലത്തേയ്ക്ക് കാൽനടയായി വരുമ്പോഴും പിറ്റേന്ന് ആഫീസിലേയ്ക്ക് വരുമ്പോഴുമെല്ലാം നാട്ടുകാരും അയാളെ ഇതേ കൗതുകത്തോടെതന്നെ നോക്കിയിരുന്നു.

രൂപത്തിലോ ഭാവത്തിലോ തനിക്കെന്തോ തകരാറു സംഭവിച്ചിട്ടുണ്ടോ എന്ന ഒരു നേരിയ സംശയം അയാൾക്കുണ്ടാകാതിരുന്നില്ല. വീണ്ടും അതുതന്നെ ആവർത്തിക്കുന്നതുകണ്ടപ്പോൾ രണ്ടുമൂന്നു ദിവസങ്ങൾക്കുശേഷം തനിക്കും തന്നോടും എന്തോ അടുപ്പം തോന്നിയ കീഴ് ജീവനക്കാരിൽ ഒരാളോട് അയാൾ കാര്യം തിരക്കി. കൈക്കൂലിയും അഴിമതിയും ഒക്കെക്കൊണ്ട് കുപ്രസിദ്ധമായ ആ ആഫീസിൽ അതിൽനിന്നെല്ലാം വ്യത്യസ്തനായി കടന്നുവന്ന ഒരാഫീസറെ കാണുന്ന കൗതുകമായിരുന്നു അതെന്ന മറുപടി കേൾക്കവേ ഇത്തരം ജന്തുസുകളിൽ അവസാനത്തേതാകാതിരിക്കുവാൻ അയാൾ പ്രാർത്ഥിച്ചുപോയി.

കടലാസുദൈവം

ഒരു തൊഴിലുതേടി നഗരത്തിലെത്തിയതായിരുന്നു അയാൾ. മുട്ടിയ ഒരു വാതിലും തുറന്നില്ല. നടന്നു നടന്നു കാലുതേഞ്ഞതല്ലാതെ ഒരു തൊഴിലും ലഭിച്ചതുമില്ല. ദിവസങ്ങൾ കടന്നുപോകവേ കീശയും കാലിയായി. പിന്നെ തൊഴിലിനു പകരം ആഹാരത്തിനു വേണ്ടിയുള്ള അലച്ചിലായി. ഇതര ഭാഷാനഗരമായിരുന്നതിനാൽ പലർക്കും അയാളുടെ ആവശ്യം മനസ്സിലായിരുന്നില്ല. അതുകൊണ്ട് ചിലപ്പോൾ ചിലയിടങ്ങളിൽ നിന്നുമാത്രം എന്തെങ്കിലും കിട്ടി. വെള്ളംപോലും കിട്ടാത്ത ദിവസങ്ങളുമുണ്ടായി. വിശന്നും ദാഹിച്ചും നടന്നും അലഞ്ഞും അയാൾ വല്ലാതെ തളർന്നു. അവസാനം നടക്കുവാൻപോലും വയ്യാത്ത അവസ്ഥയിലെത്തി.

ഉണ്ണാതെ, ഉറങ്ങാതെ, കുളിക്കാതെ താടിയും മുടിയും നീണ്ട് പ്രാകൃതവസ്ഥയിലായ അയാൾ ആയാസപ്പെട്ട് ഒരു വാട്ടർ പൈപ്പിനെ സമീപിക്കുന്നതിനിടയിൽ ബോധരഹിതനായി നിലം പതിക്കുകയായിരുന്നു.

എത്രനേരം അവിടെ കിടന്നുവെന്ന് പറയാനാവില്ല. പ്രഭാതകിരണങ്ങൾ തെളിഞ്ഞു വരുന്നതുപോലെ ബോധം തിരിച്ചുകിട്ടിയ അയാൾ പതുക്കെ കണ്ണു തുറന്ന് നോക്കുമ്പോളാണ് നഗരച്ചൂടിൽ, ഉഷ്ണക്കാറ്റിൽ ഏതോ മാലിന്യക്കൂമ്പാരത്തിൽ നിന്നും ഉയർന്നു പൊങ്ങിയ ഒരു തുണ്ടുകടലാസ് അയാളുടെ നെഞ്ചിൽ പറന്നു വീണത്. ഏതോ ദൈവരൂപം അച്ചടിച്ച പേപ്പറായിരുന്നു അത്. ഏതു ദൈവം എന്ന് തിട്ടപ്പെടുത്തുവാനാകുമായിരുന്നില്ല.

പെട്ടെന്ന് ഉദിച്ച ഒരു ബുദ്ധിയിൽ ആ കടലാസുദൈവത്തെ അയാൾ തനിക്കുമുമ്പിൽ നിവർത്തിവച്ചു. കാറ്റു പറത്താതിരിക്കാൻ നാലു മൂലയിലും ഓരോ ചെറിയ കല്ലും എടുത്തുവച്ചു. പിന്നെ വേലിച്ചെടിയിൽ നിന്നും പറിച്ചെടുത്ത ഏതാനും പൂക്കൾ ദൈവരൂപത്തിൽ

സമർപ്പിച്ചു. ചമ്രംപടിഞ്ഞ്, കണ്ണുകളടച്ച്, കൈകൾ കൂപ്പി ഒരു യോഗിയേപ്പോലെ ദൈവരൂപത്തിന്റെ അരുകിൽ അയാളിരുന്നു. അധികനേരം അങ്ങനെയിരിക്കേണ്ടിവന്നില്ല.

അല്പം ഭാരമുള്ള ഒരു നാണയത്തുട്ടാണ് ആദ്യം വന്നു വീണത്. അയാൾ പതുക്കെ കണ്ണു തുറക്കുമ്പോൾ ഒരാൾ നടന്നു നീങ്ങുന്നുണ്ടായിരുന്നു. വീണ്ടും അയാൾ കണ്ണുകൾ അടച്ചിരുന്നു. കടന്നുപോയവരിൽ നിന്നെല്ലാം നാണയങ്ങൾ വീണുകൊണ്ടിരുന്നു.

ഉച്ചയോടെ വീണുകിട്ടിയ നാണയത്തുട്ടുകൾ തൂത്തുവാരി തൊട്ടടുത്തുള്ള ഹോട്ടലിൽ നിന്നും വയറുനിറച്ച് 'ക്ഷണം കഴിച്ച് ആ മരച്ചുവട്ടിൽത്തന്നെ അയാൾ കിടന്നുറങ്ങി.

അടുത്ത ദിവസം അയാൾ അതുതന്നെ ആവർത്തിച്ചു എന്നു പ്രത്യേകം പറയേണ്ടതില്ലല്ലോ? എന്തായാലും അയാളിപ്പോൾ ലോകം മുഴുവൻ അറിയപ്പെടുന്ന ഒരു യോഗിയാണ്. സ്വന്തമായ ആശ്രമങ്ങളും അനുയായികളും അനുബന്ധ സ്ഥാപനങ്ങളുമുള്ള ഒരു വലിയ യോഗി. ജീവിച്ചിരിക്കുന്ന ദൈവം.

ഗാനാമൃതം

വൈകിയെത്തിയ വണ്ടിയിൽ നിന്നിറങ്ങി അതിവേഗം വീടണയാനുള്ള തിടുക്കത്തിലായിരുന്നു അയാൾ. നീണ്ട ഒരു ഇടവേളക്കുശേഷമുള്ള മടങ്ങി വരവാണ്. ഇടവഴിയിലേക്കു കയറിയപ്പോൾത്തന്നെ അപരിചിതത്വം നന്നായി അനുഭവപ്പെട്ടു. പണ്ട് ഒത്തിരി ഭയപ്പെടുത്തിയ ഇടവഴിയാണ്. ചാത്തനേറിന്റെ പശ്ചാത്തലത്തിലായിരുന്നു അന്നത്തെ പേടി. ഒരു തുള്ളി ശ്വാസം വിടാതെ ഓട്ടത്തിനും നടപ്പിനുമിടയിലുള്ള ഒരു പ്രത്യേക വേഗത്തിലായിരുന്നു അവിടം താണ്ടിയിരുന്നത്.

ഇടവഴിയിലേക്കു കയറിയപ്പോൾത്തന്നെ വല്ലാത്ത ഒരു ഭയം അയാളെ പൊതിഞ്ഞു. പക്ഷേ അത് പണ്ടത്തെ ചാത്തനേറ് ഓർത്തിട്ടായിരുന്നില്ല. ഏതെങ്കിലും ക്രൂരജന്തുക്കളെ ഓർത്തിട്ടുമായിരുന്നില്ല. മനുഷ്യനെത്തന്നെ ഓർത്തിട്ടായിരുന്നു. ഇപ്പോൾ ഏറ്റവും അധികം പേടിക്കേണ്ട ജീവി മനുഷ്യൻ തന്നെയാണല്ലോ? കള്ളനായി, തെമ്മാടിയായി, വർഗ്ഗ ശത്രുവായി, ക്വട്ടേഷൻ ഗുണ്ടയായി, ഭീകരനായി ചാടി വീഴുന്നത് എപ്പോഴാണെന്ന് ആർക്കറിയാം?

ഓരോന്നു ചിന്തിച്ച് കുറെ ദൂരം പിന്നിട്ടപ്പോഴാണ് മുന്നിൽ ഒരു നിഴൽ രൂപം മെല്ലെ നടന്നു നീങ്ങുന്നത് ശ്രദ്ധയിൽപെടുന്നത്. ഒത്തവണ്ണവും പൊക്കവും. മുഖം കണ്ടുകൂടാ. കൊമ്പൻ മീശയുണ്ടെന്ന് തോന്നുന്നു. കനത്ത ഇരുട്ടും വല്ലാത്ത നിശബ്ദതയും. വേഗം മുമ്പിൽ കയറി നടന്നു മറഞ്ഞാലോ എന്നാണ് ആദ്യം തോന്നിയത്. പിന്നെ പെട്ടെന്ന് ആ തീരുമാനം മാറ്റുകയും മെല്ലെ പുറകിൽത്തന്നെ നടന്നാൽ മതിയെന്ന് ഉറപ്പിക്കുകയും ചെയ്തു. അല്പം നിരീക്ഷിച്ചിട്ട് ബാക്കി കാര്യം.

നിഴൽ രൂപത്തിനു പിന്നിൽ ശ്വാസമടക്കിപ്പിടിച്ച് അല്പ ദൂരം പിന്നിട്ടപ്പോഴാണ് പൊടുന്നനേ അപ്രതീക്ഷിതമായി അതു

സംഭവിച്ചത്. ഒരു മൂളിപ്പാട്ട്. അത് ഉത്ഭവിച്ചത് ആ നിഴൽ രൂപത്തിന്റെ ചുണ്ടിൽ നിന്നായിരുന്നു:

കാട്ടിലെ പാഴ്മുളം......

വേനലിൽ വീശിയ കുളിർകാറ്റുപോലെ ഒരു തണുപ്പ്. ആശ്വാസം. കവിയായ മുതിർന്ന അദ്ധ്യാപകന്റെ വാക്കുകൾ കാതുകളിൽ: പാട്ടു പാടുന്നവൻ സഹൃദയൻ.